Uadilifu Msingi Bora

Bill Pipke

Taaluma nyingi zina maneno ya kiufundi au maneno ya kibiashara. Maneno haya hutoa maana maalum katika nyanja fulani ya utaalam. Uadilifu na theolojia vina maneno ya kibiashara. Mwandishi amekuwa mwangalifu kutumia maneno haya kwa njia itakayomsaidia msomaji kuyaelewa kwa urahisi. Pale ambapo maneno fulani yanahitaji ufafanuzi zaidi, kuna faharasa fupi mwishoni mwa Maelezo.

Kwa nakala za ziada za mwongozo huu na nyenzo zingine za Kuanzisha Mtindo wa Maisha Yenye Uadilifu, tembelea www.cli.international

Blogu ya Bill: integrity-trust.com

Shukrani za Waandishi

Ningependa kumshukuru Gloria Akuetteh ambaye alitumia saa nyingi kuhariri mwongozo wetu. Asante Gloria kwa kuchukua kazi ya mwandishi asiye na uzoefu na kunisaidia kutayarisha mwongozo wenye mtiririko na uwiano. Ujuzi na mitazamo yako ilisaidia katika kuunda ujumbe.

Tunashukuru kwa ajili ya kazi ya uchoraji bunifu ya Kathy Jimenez. Aikoni zake na usanifu wake wa jalada unasaidia kuboresha ujumbe. Kathy hamu yako katika mradi huu imetutia moyo.

Pia, tungependa kutambua marafiki zetu ambao walisoma nyenzo hii, na wakatoa maoni muhimu. Mazungumzo yetu nao yalisaidia kuelewa vyema zaidi uwasilishaji wa dhana. Kwa mtazamo wetu, kila mhakiki ni bingwa wa uadilifu. Walileta utalaam na uzoefu mkubwa katika mradi huu. Tunatoa shukrani kubwa kwa Dkt. Victor Chanda, Garry Fess, Colleen Dyck na Dkt. John Kerr.

Hatimaye, nataka kutoa shukrani zangu kwa mke wangu kwa kuvumilia ratiba ngumu na saa nyingi zilizohitajika kukamilisha mradi huu. Shirley aliniombea, alinipa maoni ya kweli, na alituwezesha kuendelea na maisha yetu. Asante kwa msaada wako wenye upendo. Ulituwezesha kusonga mbele.

Mwongozo huu na usaidie kuwaandaa wote wanaousoma ili waishi kwa uadilifu!
Bill Pipke

Mapendekezo

Bill Pipke ametupatia zawadi nzuri sana: kwa watu binafsi na kwa biashara na serikali, kupitia mbinu hii inayochochea fikira na kuelimisha kuhusu dhana muhimu ya uadilifu, inayofanya kazi katika kila sehemu ya maisha yetu. Ni mtu aliyeleta mabadiliko makubwa katika dunia yetu!

Gordon Peters
Rais na Afisa Mkuu Mtendaji wa ARI Aviation Resources Ltd., Skyward Aviation Ltd., Arrow Avionics Ltd., Kelly Western Jet Center Ltd., Kelly Aviation Ltd. na Sunshine Resources Ltd.
Meya wa Mji wa Lac du Bonnet.
Mchungaji, Msimamizi wa Wilaya katika PAOC (Pentecostal Assemblies of Canada) na Mkurugenzi wa Misheni katika Amerika ya Kusini na ya Kati na Karibiani.

Mwongozo wa Kuanzisha Mtindo wa Maisha Yenye Uadilifu umeandikwa wakati mzuri sana katika historia! Kadiri ulimwengu wetu unavyoendelea kukabiliana na masuala ya rangi, mapendeleo na usawa, mwongozo huu unatufundisha jinsi taadhima inavyoonekana na muhimu zaidi, inamhamasisha msomaji kuamini kwamba uadilifu na taadhima vinamfaa KILA MTU! Kitabu hiki kinaeleza sifa kama vile hadhi, uaminifu na uhalisi kwa njia inayoeleweka kwa urahisi na ya kiutendaji. Ulimwengu wetu una hamu kubwa ya kuwa na kusudi na watu wengi sana hupotea au hutishiwa na masuala makubwa yanayoonekana hayawezi kusuluhishwa. Mwongozo huu unaonyesha jinsi hatua ndogo thabiti zinaweza kuzalisha mtindo wa maisha utakaosababisha athari zitazoenea ambazo hakika zinaweza kubadilisha ulimwengu.

Colleen Dyck
Rais na Mwanzilishi wa GORP Clean Energy Bars and Mixes, mshindi wa 2019 wa shindano la Wakulima Bora Vijana Nchini Canada.

Katika kitabu chake cha *Uadilifu – Msingi Bora,* Bill anaweka viwango vya juu. Ukichagua uadilifu unachangia katika kujenga jamii bora. Ukikataa uadilifu, unachagua njia inayoongoza kwenye uharibifu na aibu. Bila uadilifu nyanja zote za maisha ya jamii zinasambaratika. Katika kitabu hiki kinachozungumzia nguzo sita za uadilifu, Bill anawasilisha masimulizi yanayoonyesha umuhimu wa uadilifu. Wale wanaotoka katika nchi zinazokumbwa na umaskini, wanaweza kushuhudia kwamba umaskini mwingi ungeweza kuepukika ikiwa viongozi wanaoshikilia nyadhifa za umma wangeonyesha uadilifu wa hali ya juu. Kitabu hiki ni nyongeza nzuri katika vita dhidi ya ufisadi katika maisha ya umma na ya kibinafsi. Kwa hivyo, napendekeza sana kitabu hiki.

Dkt. Victor Chanda
Makamu Chansela. Trans-Africa Christian University

Tatizo letu kubwa zaidi barani Afrika ni kutoweza kuchukulia uadilifu kama suala lenye umuhimu mkubwa. Kutokuwa na uwezo huo kunadhihirika katika kila nyanja ya maisha yetu, na hali hiyo imekuwa sababu ya kutoendelea kwetu. Kitabu hiki ni kila kitu tunachohitaji ili kuanzisha maisha yenye hadhi, ukweli na uaminifu kama watoto, wazazi, walimu na viongozi vile vile. Napendekeza sana kitabu hiki.

Eben K. Botwe.
Mtaalamu wa elimu na Mmiliki wa Biashara

Kama mkufunzi wa masuala ya biashara, kila mmiliki wa biashara na afisa mtendaji ninayezungumza naye anataka shirika lake liwe mfano mzuri wa "utamaduni bora katika shirika." Viongozi hutumia maneno kama vile uaminifu, ushawishi, uhalisi, hadhi, taadhima na ukweli ili kutambua maadili wanayotarajia. Ijapokuwa wao hutambua kwa urahisi nguzo sita za uadilifu, mara nyingi wanatatizika kujua jinsi ya kuzipima na kuzitekeleza.

Mimi hutumia Mwongozo wa cli na vikundi katika kufundisha uadilifu. Mwingiliano katika kikundi husaidia watu binafsi kukua na kuimarika katika mtindo wa maisha yenye uadilifu. Wamiliki wa biashara, viongozi na wafanyakazi wanaweza kujenga utamaduni mzuri wa shirika. Kitabu cha Bill Pipke cha *Uadilifu, Msingi Bora,* ni rahisi kusoma, kufundisha na kutekeleza.

Blair Andrews
Instinctive Solutions. Blair alikuwa mmiliki wa biashara, afisa mtendaji na mfanyakazi kwa miaka 31 kabla ya kuwa mkufunzi wa masuala ya biashara. Yeye ni mpangaji mikakati na Mshauri wa Kolbe.

Katika kuandika kitabu hiki, Bill ameweza kuoanisha maisha ya uadilifu na upendo kwa Mwokozi wetu. Nilipokuwa nikisoma mwongozo huu, nilikumbushwa kila mara Mathayo 22:37-40. Hapo Yesu anatuambia zile amri mbili kuu zaidi, mpende Mungu kwa moyo wako wote na mpende jirani yako kama nafsi yako. Ufunuo muhimu zaidi kwangu ulikuwa kwamba upendo huchochea uadilifu.

Earl Funk
Meya wa Jiji la Steinbach
Mmiliki wa Earls Meat Market.

Siwezi kusisitiza vya kutosha umuhimu wa mada ya mwongozo huu. Katika enzi ambapo uaminifu umedhoofika katika kila nyanja, wale wanaojitahidi kuongoza kwa kufuata mfano wa Kristo lazima wawe waangalifu sana na maisha yao na mafundisho yao. Uchunguzi wa kila neno na kitendo unafanya iwe rahisi sana kupoteza sifa na uaminifu kuvunjika. Mwongozo huu utatusaidia kuhakikisha kwamba maisha yetu ya kibinafsi na mbele ya umma, maisha yetu ya ndani na ya nje yanaunganishwa kikamilifu. Bill Pipke ni kiongozi namchungaji msomi na mwenye uzoefu mkubwa. Anaonyesha vyema umuhimu wa uadilifu.

D. Murray Cornelius
Mkurugenzi Mtendaji wa Misheni za Kimataifa za PAOC
(Pentecostal Assemblies of Canada)

Yaliyomo

Dibaji

Uwongo hauwi ukweli,
Mabaya hayawi sahihi,
Maovu hayawi mema.
Hata yakikubaliwa na wengi.[1]

Nilipokuwa nikihudhuria chuo kikuu, nilikutana na msichana mrembo, mwenye akili na mpenda burudani aitwaye Shirley. Nilikuwa na hamu ya kumjua vyema. Kila siku, nilitembea kilomita tatu kutoka nyumbani kwangu hadi chuo kikuu alichosoma ili niwe naye. Nilifanya safari hiyo hata wakati wa msimu wa baridi kali nchini Canada. Nilifika chuoni Shirley akiwa anamaliza masomo yake ya siku ili tupate kuwa na muda pamoja.

Lazima iwe nilitembea kilomita elfu moja kabla ya kupata ujasiri wa kumwomba Shirley awe mke wangu. Nikiangalia nyuma, juhudi zangu zilikuwa na matokeo mazuri sana. Hamu yangu ya kuwa na uhusiano na Shirley iliathiri kila sehemu ya maisha yangu. Aliathiri mawazo yangu, mazungumzo yangu, matumizi yangu ya muda, na bajeti yangu. Shirley aliuteka moyo wangu. Upendo wangu kwake ulinitia shauku sana kiasi kwamba nilitembea kwa furaha katika theluji, barafu, upepo na baridi ili tu niwe pamoja naye. Sasa, miaka arobaini baadaye, nakiri kwamba naweza kufanya hivyo tena. Kumfuata Shirley kwa upendo kulibadilisha maisha yangu. Juhudi zangu zimeleta matokeo mazuri sana!

Uadilifu unapokuvutia, unaathiri kila nyanja ya maisha yako. Msukumo wake utajidhihirisha wazi kama vile mapenzi yangu yalivyokuwa kwa Shirley. Uhusiano wako na uadilifu pia unahusisha kufuata bila kuchoka. Unapaswa kuongoza hatua zako, na kushauri maamuzi yako.

Kufuata shingo upande kutaleta masikitiko. Kadiri unavyozidi kuthamini uadilifu, ndivyo utakavyokuwa na shukrani zaidi kwa ajili ya adili hili la ajabu.

Mwanafalsafa Mfaransa, Blaise Pascal, alizungumza juu ya viwango vitatu vya ukuu. Kiwango chake cha tatu cha ukuu wa kweli kilipatikana katika uadilifu. Pascal aliamini kwamba upendo wa kweli ulikuwa muhimu zaidi kuliko mambo mengine yote. Aliamini kuwa ukuu huo unaweza kufikiwa na kila mtu.*2*

Uadilifu unahitajika zaidi wakati huu! Wengine wanaamini kuwa ufisadi ni janga kubwa zaidi kiasi kwamba wanahoji kama utamaduni wa uadilifu unawezekana. Hata hivyo, nina matumaini kwamba "vuguvugu la uadilifu" linawezekana. Vuguvugu hilo litasababisha kuimarika kwa utamaduni wa uadilifu. Kama vile chumvi inavyozuia kitu kuoza, uadilifu huzuia kuenea kwa ufisadi. Ni wakati wa uadilifu kupenya katika ulimwengu wetu.

Mwanzo wa Kuanzisha Mtindo wa Maisha Yenye Uadilifu

Miaka kadhaa iliyopita, ndoto ya kushughulikia ufisadi ilizaliwa katika moyo wa Don Mann. Maono yaliyo wazi yalimchochea, na alijua kwamba jitihada zake hazitakuwa za pekee. Kama vile maabara mengi yanavyohitajika kupata tiba ya saratani, vivyo hivyo uadilifu unahitaji juhudi nyingi ili kushinda janga la ufisadi. Licha ya changamoto hiyo kubwa, Don alifuata ndoto yake. Alifundisha kwenye semina, akishughulikia suala hilo. Maoni ya waliohudhuria yalikuwa mengi sana. Viongozi wa Kiafrika walisema, "Afrika inahitaji ujumbe wa uadilifu," na wakaomba mafunzo zaidi.

Nilikutana na Don mara ya kwanza nilipokuwa nikitembelea nchi ya Zambia. Alinialika nijiunge na timu yake ya kufundisha katika kongamano lililoitwa Kuongoza kwa Uadilifu. Nilipokuwa nikisoma kwa ajili ya hafla hiyo, niligundua umuhimu mkubwa wa uadilifu. Mambo mawili yalijitokeza katika utafiti wangu. Kwanza, niliona madhara makubwa ya ufisadi. Pili, niliona manufaa makubwa ya uadilifu. Kwa nini sikuwa na ufahamu wa mada hii?

Mwito wa uadilifu ukaanza kuniteka. Nilipojiunga na timu ya Don Mann ya kongamano hilo kufundisha uadilifu, nilishangazwa sana jinsi ujumbe wa uadilifu ulivyoathiri pakubwa kila mhudhuriaji bila kujali umri, jinsia au cheo. Fomu za maoni baada ya kongamano zilithibitisha umuhimu wa mada yetu ya kongamano hilo.

Miaka kadhaa baadaye, mimi na Don tulifanya Kongamano lingine la Uadilifu. Usiku uliofuata siku yetu ya kwanza ya vipindi vya kongamano, sote tulipata mguso maalum. Pengine ulikuwa ni mpango wa Mungu, lakini sote wawili tulihisi mwito wenye nguvu wa kujitolea katika maono ya kuinua watu waadilifu. Asubuhi iliyofuata, tulielezeana 'uamsho' tuliopata usiku. Asubuhi hiyo, katika mkahawa wa Java House, jijini Nairobi, Kenya "Kuanzisha Matindo wa Maisha Yenye Uadilifu," (cli) ilizaliwa. Kuanzia wakati huo, tulijitolea kuzindua "vuguvugu la uadilifu" katika bara lote la Afrika.

Je, ufisadi utatokomezwa? Nelson Mandela alisema, "Watu siku zote husema haiwezekani hadi inapokamilishwa." Na ikamilishwe![3]

cli ni zaidi ya mpango wa kupambana na ufisadi; ni vuguvugu la kuunga mkono uadilifu. Ni mbinu unayozingatia sifa ya mtu, kinyume na sera au mbinu inayozingatia hatua bora za kutekeleza. Tunaamini kuwa uadilifu huanzia moyoni. Maadili hayako nje; yako ndani. Mtu anapotafuta uadilifu kwa shauku kutoka moyoni mwake, kupenda yaliyo mema kutaongoza tabia zake na kubadilisha maisha yake. Mkakati wetu ni kushirikisha watu binafsi kutoka kila sekta ya jamii.

Utangulizi

Uadilifu si kama programu kwenye simu mahiri yako; uadilifu ni mfumo wa uendeshaji.

Misingi ikiharibiwa, watu waadilifu wanaweza kufanya nini?[4]

Jaribu kufikiria ulimwengu usio na uadilifu. Ondoa adili hilo la msingi kutoka kwenye sayansi, uhandisi, uongozi, biashara, sheria, elimu, habari, dini, michezo n.k. na yote hayo hayataweza kuendelea. Uadilifu hudumisha. Ni msingi ambapo maisha yanajengwa. Nguzo sita za Uadilifu zinatoa msingi wa kuishi ulio thabiti, usiyoyumbishwa na wenye kujali. Kunapokuwa na tabia bora, ndivyo kunavyokuwa na uwezekano wa uadilifu. Unaposoma kitabu hiki, utagundua kuwa Nguzo sita za Uadilifu zinavuka mipaka ya kitamaduni, maoni ya kidini, na tofauti za kijamii na kiuchumi. Nguzo zote sita zinatoa msingi ambapo tunaweza kujenga ulimwengu bora. Msingi wa kutegemewa zaidi kwa jamii ni uadilifu.

Ikiwa uadilifu unaweka msingi thabiti wa kuishi maisha bora, ufisadi unadhoofisha msingi huo thabiti. Haribu msingi na hakuna kitu kitakachodumu. Ufisadi hudhoofisha imani katika viongozi, maendeleo endelevu, utendakazi bora, utoaji wa huduma za afya, utekelezaji wa sera, ulinzi wa sheria, uaminifu katika mawasiliano, uwezo wa kutegemea imani, n.k. Kwa ufupi, ufisadi huongeza ukosefu wa usawa, hupunguza uwajibikaji, na huongeza dhiki. Lazima ututie wasiwasi. Hata hivyo, wasio na uwezo na maskini ndio wanaopatwa na athari mbaya zaidi. Tamaduni za ufisadi zinatishia ubora na uendelevu wa maisha. Ninaamini kwamba janga letu kuu la kibinadamu si umaskini, Ukimwi, au ulanguzi wa binadamu, bali ni ufisadi. Jambo la kusikitisha ni kwamba ufisadi umeongezeka hadi kufikia kiwango cha kuwa janga. Ufisadi ni 'jitu.' Shirika la Transparency International linaripoti kwamba asilimia 92 ya watu ulimwenguni hukabiliana na masuala mazito ya ufisadi kila siku.*5* Mambo hayatakuwa mazuri isipokuwa mtu achukue hatua.

Ikiwa msingi wa uadilifu unaharibiwa na ufisadi, unaweza kufanya nini? Ufisadi ukiachwa bila kudhibitiwa, utaendelea kuenea. Matumaini yanaanza na wewe. Kuwa mtu mwadilifu, kuwa "yule" anayezuia kuenea kwa ufisadi. Mtu mmoja anaweza kuleta mabadiliko. Katika historia ya mwanadamu, nguvu ya mtu hushinda tena na tena.

Kama vile Shirika la Afya Ulimwenguni linavyofikiri mwisho wa janga la Ukimwi unakaribia, tunafikiri kwamba kukomesha janga la ufisadi kunawezekana.*6* Je, tunaamini tishio la ufisadi linaweza kuwa na kikomo? Mwongozo huu utakusaidia kuwa "yule" atakayeleta mabadiliko bora. Nguzo sita za Uadilifu zinarejesha misingi inayoporomoka ya kibinafsi na ya umma. Labda mojawapo ya maswali muhimu zaidi ya enzi yetu ni, "Je, uko tayari kusimamisha tena nguzo zinazoporomoka za utamaduni?"

Takriban miaka 3000 iliyopita, wimbo maarufu ulilinganisha maisha ya watu wawili wenye nguvu. Kulinganisha ushawishi wa watu hawa wawili kutakuwa kama kutathmini urais wa Jacob Zuma na Nelson Mandela katika nchi ya Afrika Kusini au kutathmini uongozi wa Gavana Mkuu wa India au Bwana Linlithgow na ule wa Mahatma Gandhi. Wimbo huu wa zamani ulidhihirisha urithi na tabia za wafalme wawili wa Israeli. Simulizi la maisha yao linasimuliwa katika Zaburi sura ya 1. Wimbo huo unamlinganisha Mfalme Sauli na Mfalme Daudi. Unahamasisha taifa la Israeli lichague uadilifu.

Heri mtu yule asiyekwenda katika shauri la wasio haki;

> wala hakusimama katika njia ya wenye dhambi;
> wala hakuketi barazani pa wenye mizaha.

Bali sheria ya BWANA ndiyo impendezayo,
    na sheria yake huitafakari mchana na usiku.
Naye atakuwa kama mti uliopandwa kandokando ya vijito vya maji
    uzaao matunda yake kwa majira yake, wala jani lake halinyauki;
    na kila alitendalo litafanikiwa.
Sivyo walivyo wasio haki;
    hao ni kama makapi yapeperushwayo na upepo.
Kwa hiyo wasio haki hawatasimama hukumuni,
    wala wakosaji katika kusanyiko la wenye haki.
Kwa kuwa BWANA anaijua njia ya wenye haki,
    bali njia ya wasio haki itapotea.7

Tofauti kati ya watu hawa wawili iko wazi. Sauli hakuwa na dira sahihi ya ndani. Alionekana kuwa na nia kubwa, lakini alidhihirisha mafanikio duni. Kwa upande mwingine, dira ya ndani ya Daudi ilifanya kazi kwa usahihi.
Kwa ujasiri alitafuta kutimiza mema.

Mmoja alifuata ushauri wa uadilifu
    huku mwingine akitekeleza ushauri wa ufisadi.
Mmoja aliamini mwelekeo wa uadilifu
    huku mwingine akifuata njia za ufisadi.
Mmoja alitegemea hekima ya uadilifu
    huku mwingine kwa ujinga alidhihaki uadilifu.
Dhihirisho la tabia bora si kutokuwepo kwa makosa bali ni jinsi mtu anavyoitikia makosa yanapofichuliwa. Sauli

alitoa visingizio kwa ajili ya makosa yake, aliepuka kuwajibika na hakuchukulia kwa uzito kubadilisha tabia zake. Daudi alitubu makosa yake, akakubali kuwajibika, na alibadilisha tabia zake. Alijifunza kutokana na makosa yake. Simulizi la Sauli linaisha kwa fedheha na ukosefu wa mafanikio huku simulizi la Daudi likiisha kwa taadhima na mafanikio.

Nembo ya cli

Nembo yetu katika cli ni mti.

Picha hii imehamasishwa na Zaburi 1. Mtu mwadilifu ni kama mti uliopandwa kando ya mito ya maji yaliyo hai, uzaao matunda kwa majira yake. Abraham Lincoln alisema, "Tabia ni kama mti na sifa ni kama kivuli chake." *8*

Nguzo Sita za Uadilifu

cli inafundisha kwamba Nguzo sita za Uadilifu zinaunda msingi ambapo watu hujenga maisha. Tunachagua sitiari ya nguzo kwa sababu katika maeneo ya jiji la kale kama Efeso, nguzo ni sehemu za jiji ambazo bado zimesimama. Nguzo za Waefeso zimesalia kama ushahidi wa kuvutia, wenye nguvu, wa kudumu na wa msingi wa utamaduni wa enzi hiyo. Nguzo za Uadilifu zimeorodheshwa hapa chini:

Sauli alipuuza Nguzo Sita za Uadilifu na matokeo yake ni:
UAMINIFU –Sauli alivunja uaminifu kwa kumwahidi Daudi binti yake lakini akampa mtu mwingine.
USHAWISHI – Sauli alikuwa tayari kumuua mwanawe ili kulinda sifa yake.
UKWELI – Sauli alivunja ahadi zake mara kwa mara na hakusema ukweli.
TAADHIMA – Sauli hakuweza kufurahi wengine walipopewa taadhima.
HADHI – Sauli alidhani kwamba cheo, mamlaka, na pesa ndivyo vyanzo vya hadhi.
UHALISI – Sauli alijaribu kuishi maisha ghushi, na hakuwa tayari kuwajibika.
Daudi aliishi kulingana na Nguzo Sita za Uadilifu na

matokeo yake ni: UAMINIFU – Daudi alitimiza ahadi yake kwa Yonathani, hata baada ya rafiki yake kufa.
USHAWISHI – Daudi alitumia ujuzi wake na kutawala kwa manufaa ya taifa.
UKWELI – Daudi alitafuta ukweli katika uhusiano wake na Mungu na wanadamu.
TAADHIMA – Daudi aliwapa wengine taadhima na aliwakuza ili wafanikiwe.
HADHI – Daudi alijiendesha kama mfalme muda mrefu kabla ya kuwa mfalme.
UHALISI – Daudi alitaka moyo safi.

Nguzo sita za Uadilifu zinaunda msingi uliyoshikamana. Ikiwa kungekuwa na Nguzo moja tu ya Uadilifu, unaweza kuhoji uthabiti wake au nguvu yake. Lakini nguzo sita zinakuwezesha kuwa na imani na msingi. Kila nguzo inapata nguvu kutoka kwenye zile nguzo nyingine tano. Ninapotumia hadhi, nitahitaji uaminifu, ukweli, uhalisi, taadhima, n.k. Nguzo zote zinasaidiana. Pamoja zinaweka msingi wa kutegemewa. Unaweza kukuza tabia bora kwa kutumia Nguzo sita za Uadilifu katika maisha yako ya kila siku.

Aina za Uadilifu

Dennis Cook anapendekeza viwango vitatu vya uadilifu katika kitabu chake kuhusu uadilifu. Ninataka kupanua mawazo yake katika aina nne za uadilifu.*9*

Aina ya 1
Uadilifu wa kujiepusha na matatizo

Uadilifu wa kujiepusha na matatizo unarejelea watu wanaoogopa kukamatwa au kulipizwa kisasi wakipatikana na makosa. Wanafanya kile kilicho sahihi kwa sababu ya hofu ya kugunduliwa si kwa sababu wana tabia bora.

Aina ya 2
Uadilifu wa kuchagua

Uadilifu wa kuchagua unarejelea watu wanaotanguliza na kutekeleza uadilifu katika nyanja fulani wanazojichagulia. Wakati mwingine watu wanatilia mkazo nyanja fulani ya tabia bora lakini wanapuuza nyanja nyingine.

Aina ya 3
Uadilifu wa hatua kwa hatua

Uadilifu wa hatua kwa hatua unarejelea watu ambao wana nia ya kukuza tabia bora. Wanatambua wanahitaji kujitolea na kujituma ili kusonga mbele.

Aina ya 4
Uadilifu Endelevu

Uadilifu endelevu unarejelea watu walio na tabia bora thabiti, wanatenda uadilifu, na kulinda sifa yao. Maisha yao ni kielelezo cha manufaa ya uadilifu.

Ni aina gani za uadilifu zinatumika katika maisha yako? Ni muhimu kutambua mahali ulipo katika aina hizi za uadilifu.

Siku moja, timu yetu ya cli ilikuwa njiani kuelekea kwenye Mkutano wa Kilele nchini Zambia. Polisi mwanamke alisimamisha gari letu, na akatushtaki kwa kukataa kusimama kwenye kivuko cha reli. Kabla hajatuandikia tikiti, alijitolea kughairi shtaka hilo tukimpa kiasi kidogo cha pesa. Tulihisi shinikizo la umati uliokuwa unatungoja. Kulipa faini yetu kulihitaji kumpeleka afisa huyo kwa gari hadi ofisi ya mkoa, kulipa pesa taslimu, kungoja risiti mwafaka, kisha kumrudisha afisa huyo kwenye kituo chake cha awali. Ilionekana ni rahisi zaidi kutoa hongo ili kuepuka kuchelewa kufika katika mkutano wetu. Lakini, kongamano hilo lilikuwa kuhusu uadilifu. Tungewezaje kusimama mbele ya umati ili kuzungumza juu ya Nguzo sita za Uadilifu ikiwa tulitoa hongo chini ya saa moja hapo awali? Njia yetu bora zaidi ya kufundisha ilikuwa ni kupitia kuwa mfano mzuri. Siku zote kuna gharama ya uadilifu; gharama zaidi ya pesa.

Mara nyingi, faida za muda mfupi zinazopatikana kupitia ufisadi huonekana kutoa suluhu rahisi na za gharama ya chini. Usiamini hilo. Ufisadi haumaanishi gharama ya chini. Kwa uhalisia, gharama ya ukosefu wa uaminifu ni ya juu sana. Ni bora zaidi kuchagua faida endelevu za muda mrefu za uadilifu. Chagua kuwa mtu mwadilifu. Faida za uadilifu ni nyingi zaidi kuliko gharama zozote utakazopata. Kabla sijatamatisha sehemu ya kwanza ya kitabu hiki, nataka kuchukua muda kuangazia manufaa machache ya uadilifu kati ya mengi.

Tafadhali chukua muda wa kufikiria faida kubwa ambazo mtu anayeishi bila lawama anapata kama fidia.

Taarifa iliyo katika kitabu hiki inahitaji kutumiwa. Taarifa pekee haiwezi kubadilisha jamii. Katika sehemu ya pili ya kitabu hiki, cli inakupa zana za kiutendaji ili uwe mtu mwadilifu. Tunahimiza ukuzaji wa vikundi. Vikundi ni vyanzo vya usaidizi na ni mahali ambapo watu wanaweza kujifunza kutumia Nguzo za Uadilifu. cli pia inatoa nyenzo za mtandaoni na mipango ya masomo kusaidia kila kikundi.

cli ni zaidi ya mpango wa kupambana na ufisadi; ni vuguvugu la uadilifu. Tunapima mafanikio yetu kwa msingi wa mtu mmoja baada ya mwingine, na kila mtu mwadilifu ni muhimu. Tumejitolea kuunga mkono juhudi zako za kutafuta uadilifu. Mwongozo wetu wa mafunzo, vikundi na mikutano yetu ya kutia moyo vinawezesha vuguvugu la cli kukua katika sekta zote za jamii. Kama mtu aliyezaliwa nchini Canada, ninaelewa 'athari ya donge la theluji'; donge la theluji linapobingiria, linabeba theluji zaidi na zaidi. Chembe moja ya theluji haiwezi kufanya lolote, lakini chembe milioni moja zinaweza kusimamisha magari. Kuwa mtu atakayeleta mabadiliko. Ungana na wengine. Kuwa mtu atakayeleta mema.

Nikitamatisha utangulizi huu, ninataka kushiriki hadithi ambayo mara nyingi husimuliwa kwa wanafunzi wa uhandisi nchini Canada. Katika simulizi hili kuna vidokezo kwa nini maafa yalitokea. Unaposoma, nakuhimiza upigie mstari vidokezo hivyo.

Mnamo 1887, kikundi cha wafanyabiashara wa Jiji la Quebec waliamua kuongeza biashara katika jiji hilo kwa kuweka daraja kwenye Mto wa Saint Lawrence. Waliunda kampuni kwa jina Quebec Bridge Company na wakamchagua kama mhandisi mshauri Mmarekani kwa jina Theodore Copper ambaye alikuwa msanifu mashuhuri wa madaraja. Ni wachache waliweza kulinganishwa na Copper katika uhandisi. Mnamo Februari 1906, alipokuwa akichunguza michoro ya daraja hilo, aligundua hitilafu ya hesabu. Uzito wa vyuma vilivyotengenezwa ulizidi makadirio ya hapo awali kwa kiasi kikubwa. Wakati huo, nguzo sita zilikuwa tayari zimeshawekwa. Badala ya kusimamisha mradi huo, Cooper aliamua kusonga mbele, akitumaini kuwa uzito huo ulioongezeka utakuwa salama. Copper alitegemea tu watu waliokuwa katika eneo la ujenzi kumpa taarifa.

Kisha mnamo Juni 1907, Theodore Cooper alipokea taarifa kuhusu hitilafu ya ulingano kwenye nguzo ya kusini ya daraja hilo. Alituma jibu lake kwa njia ya telegrafu akisema, "Itatue vizuri kadiri unavyoweza. Si jambo zito."

Mwishoni mwa Agosti, hitilafu hiyo ikawa mbaya zaidi. Asubuhi ya Agosti 29, mhandisi Cooper alituma telegrafu ya dharura akisema, "Usiongeze uzito zaidi kwenye daraja hadi tubaini hali halisi." Alidhani kwamba ujumbe huo ulitumwa kwa msimamizi wa mradi huo na aliamini kwamba ujenzi wa daraja hilo ulikuwa umesimamishwa. Lakini mambo hayo mawili hayakuwa yametekelezwa.

Siku hiyo saa 5:36 jioni, daraja hilo liliporomoka. Ilichukua sekunde 15 na wafanyakazi 75 walipoteza maisha yao. Janga hili la uhandisi lilisababisha maafa mabaya zaidi ya daraja katika historia ya Canada.

Theodore Cooper alitaka Daraja la Jiji la Quebec liwe mradi wake wa mwisho na ulio muhimu zaidi kwake. Baada ya kuonyesha umahiri mkubwa katika uhandisi maishani mwake, daraja hili lilipaswa kuwa kilele cha mafanikio yake. Daraja hilo lingeweka rekodi ya kuwa muundo mrefu zaidi wa aina yake. Badala ya kuacha urithi wa daraja imara, atakumbukwa kwa kusababisha janga.*10*

Baadhi ya watu huanza vizuri, lakini baadaye wanashindwa. Njia ya kuanguka mara nyingi huanza na kujiamini kunakotokana na mafanikio. Kusahau kuwa makini, kutelekeza nidhamu, kulegea katika uwajibikaji na kukoma kukua ni mambo yatakayohakikisha kuwa unamaliza vibaya.

Na umalize vyema, na Nguzo sita za Uadilifu zikupe msingi wa mafanikio ya kudumu.

Nguzo ya Ushawishi

Matumizi ya mamlaka kwa ubinafsi husababisha umaskini na ukandamizaji.
Matumizi ya mamlaka bila ubinafsi husababisha manufaa na fursa.
Uadilifu unatoa msingi wa matumizi sahihi ya mamlaka.
Naye aliye mkubwa miongoni mwenu atakuwa mtumishi wenu.[11]

Watu wengi hulinganisha mamlaka na ushurutisho, nguvu au ukandamizaji. Mtazamo huu wa kuchukulia mamlaka kama ushurutisho unadhihirishwa wazi zaidi katika kitabu cha Niccolò Machiavelli kinachoitwa The Prince, ambacho husomwa na mamia ya maelfu ya wanafunzi katika kozi za historia kila mwaka na hufundishwa katika shule za mafunzo ya utawala, biashara na sera za umma kote ulimwenguni. The Prince inatoa falsafa ya mamlaka ambayo lazima yanyakuliwe na yahifadhiwe kwa kujifanya mema, ingawa kiongozi ana nia zingine. Aina hii ya mamlaka huwatuliza wapinzani, hunyamazisha umma, na hutawala kupitia nguvu, shinikizo na ukandamizaji.

Leo, uelewa wetu wa mamlaka ya kudumu ni tofauti. Mamlaka hudhihirishwa vyema zaidi kupitia huruma na kuimarisha ustawi wa wengine. Uchangamfu na ukarimu ni muhimu katika uongozi thabiti sawa na tabia ya kutumia nguvu, shinikizo na ujasiri. Lengo la mamlaka si kuvutia watu wala kupata umaarufu, cheo au utajiri. Lengo la mamlaka ni kuleta mabadiliko katika ulimwengu. Lengo la mamlaka ni ushawishi. Mamlaka hupeanwa, hayanyakuliwi. Kulingana na data ya hivi karibuni kutoka katika fani ya saikolojia, mamlaka ya kudumu hutokana na kuzingatia wengine. Mamlaka ya kudumu yana sifa sita: kuelewa hisia za wengine, kutoa, kuonyesha shukrani, kusimulia masimulizi yanayoleta umoja, uadilifu na unyenyekevu.*13*

Mamlaka si mema wala si maovu. Hata hivyo, ripoti za habari zina taarifa nyingi kuhusu watu wenye mamlaka wanaofanya mambo maovu. Ni hali ya kusikitisha lakini ni ya kawaida. Watu walio katika nyadhifa zenye mamlaka wanaonekana kutokuwa na uwezo wa kupinga vishawishi vinavyokuja na mamlaka. Wanawafokea wafanyakazi wadogo, wanashiriki ngono na wafanyakazi walio chini yao, wanatoa hongo, wanatumia vitisho kupata kile wanachotaka, wanawapiga wenzao na kuwadhulumu. Swali ni, je, ni nini kinachoeleza kwa nini watu wenye ushawishi wana tabia hizi mbaya?

Mwanasaikolojia wa Berkeley Dkt. Dacher Keltner anazungumzia kile anachoita "fumbo la mamlaka." Sifa zile zile zilizowawezesha viongozi kupata mamlaka hutoweka mara tu wanapochukua mamlaka. Tunapata mamlaka na uwezo wa kuleta mabadiliko katika ulimwengu kupitia vitendo vinavyoendeleza masilahi ya wengine, kama kuelewa hisia za wengine, ushirikiano, utayari wa kusikiliza mawazo mapya, haki na ukarimu. Hata hivyo, mara tu tunapopata mamlaka, mafanikio, au utajiri, vitendo hivyo vyote hutoweka, na kutuacha katika hatari ya kutekeleza vitendo vya ubinafsi bila kutafakari na hatimaye kutoweza kuelewa hisia za wengine kunapelekea kuanguka kwetu."*4*Kuwa mwangalifu wakati cheo kinakuwa na umuhimu kuliko tabia bora au wakati unaongozwa na fursa za cheo chako badala ya kuongozwa na hali ya kujitolea katika jambo fulani.

Je, Lord Acton alikuwa sahihi aliposema, "Mamlaka kamili hufisidi kabisa."? *15* Mamlaka yanawezaje kumfisidi kiongozi anayeonekana kuwa bora? Kwa nini mamlaka huwaharibu watu sana? Ni nini kinawatofautisha viongozi bora na viongozi mafisadi? Nguzo ya Ushawishi ndipo jibu letu linapoanzia. Nguzo hii inaeleza jinsi mamlaka yanavyofisidi. Na pia inadhihirisha kile kinachohitajika ili mamlaka yatimize mema makubwa. Mifano kutoka katika maabara ya maisha na saikolojia yatasaidia kutushawishi kuhusu jinsi Nguzo ya Ushawishi ilivyo na umuhimu wa msingi katika matumizi ya mamlaka.

Kuna methali ya Kiafrika kuhusu mti mkubwa unaoharibiwa na mdudu mdogo sana. Siku moja mti mkubwa ulianguka. Ganda la shina lake lilionekana kuwa na afya. Lakini sehemu ya ndani ilikuwa imeliwa. Mtu akauliza, "Mti wenye nguvu hivyo ulikufaje?" Mtu mwenye hekima akajibu, "Mdudu mdogo aliua mti huo kwa kuushambulia kwa ndani." Yule aliyeuliza aliendelea na kusema, "Lakini mdudu aliwezaje kuingia ndani ya mti huo mzuri sana?" Mtu mwenye hekima akajibu, "Mdudu huingia ndani ya mti ukiwa umetoa maua yake yote."

Simulizi la Yusufu mwana wa Yakobo ni la kipekee sana. Simulizi la maisha yake ni ndefu sana kwa madhumuni yetu. Hata hivyo, acha nikupe muhtasari wake.*16* Yusufu alitoka katika familia yenye matatizo ya kipekee. Yakobo baba yake, alikuwa na wake wengi na masuria kadhaa. Zaidi ya hayo, Yakobo alionyesha upendeleo wa wazi miongoni mwa wake na watoto jambo ambalo lilifanya mambo yawe mabaya sana. Mke ambaye Yakobo alimpenda zaidi alikuwa Raheli. Na alimpendelea zaidi Yusufu, mwana mkubwa wa Raheli.

Siku moja Yakobo alimpa mwanawe Yusufu koti lenye rangi nyingi, ambalo lilimpa pendeleo la pekee. Koti hilo lilizua chuki kubwa miongoni mwa watu wengine wa familia, hasa kaka zake kumi wakubwa.

Siku moja Yakobo alimtuma Yusufu, mwanawe aliyempenda, awatafute kaka zake waliokuwa wakichunga mifugo ya familia. Jukumu hilo lilisababisha tukio muhimu ambapo kaka zake waliungana ili kulipiza kisasi dhidi ya kaka yao waliomdharau. Yusufu alipokuwa anakaribia kambi ya kaka zake, walimwona akija akiwa amevaa koti lake lenye rangi nyingi na wakajadiliana jinsi ya kumuua. Kwa bahati nzuri, kaka yake mkubwa zaidi aliwashawishi wenzake
wasimuue. Badala yake, walimtupa shimoni na wakamuuza utumwani.

Simulizi hilo linaendelea na Yusufu anaishia kuwa mtumwa wa bwana mmoja Mmisri. Jambo la kushangaza ni kwamba Yusufu anafana katika hali yake mpya, hadi wakati siku moja anashtakiwa kwa madai ya uwongo ya shambulio la kingono. Mashtaka hayo yalisababisha kufungwa kwake kama mhalifu. Katika hali hiyo, unaweza kumwelewa ikiwa aliamua kuwa na machungu au ikiwa aliona hali yake ilisababishwa moja kwa moja na wengine. Lakini alikataa kujifariji kwa kujionea huruma. Akiwa mfungwa, aliendelea kulinda uadilifu wake na aliweza kuwa na ushawishi mzuri miongoni mwa wafungwa.

Baada ya kufungwa gerezani kwa miaka mingi, Yusufu anatolewa gerezani ili kusimama mbele ya Farao na kufasiri ndoto. Alipotoa maana ya ndoto hiyo, pia alimpa Farao ushauri kuhusu jinsi ya kutumia maono hayo katika kutawala Misri. Akiona kuwa Yusufu alikuwa na hekima, Farao alimpandisha cheo na akawa wa pili katika mamlaka chini ya Farao. Chini ya ushawishi wa Yusufu, taifa hilo lilifanikiwa. Kwa sababu ya hekima ya Yusufu, Misri ilijiandaa kujinusuru na njaa iliyotabiriwa na Misri pia ilihifadhi chakula cha ziada ili kutoa msaada wa kimataifa kwa nchi nyingine.

Baada ya njaa hiyo, kaka za Yusufu walienda Misri kutafuta chakula. Kuwasili kwao kulimpa fursa kubwa ya kulipiza kisasi. Lakini alijizuia kulipiza kisasi, akawasamehe na hatimaye akawaonyesha ukarimu. Matendo yake yalisababisha urejesho wa familia yake. Kwa mwaliko wa Yusufu, familia yake ilihamia Misri, ambako alikidhi mahitaji yao hadi kifo chake.

Simulizi la Yusufu mwana wa Yakobo linatoa fursa nzuri sana ya kuchunguza wema unaoweza kutekelezwa kupitia mamlaka yanayoongozwa na uadilifu. Katika simulizi hili la ajabu, tunaona athari za Nguzo ya Ushawishi. Wakati uadilifu unatumika kama msingi wa mamlaka, Nguzo ya Ushawishi inafanya kazi.

Fumbo la Mamlaka

Nguzo ya Ushawishi inafanya kazi vizuri katika nyumba yako au katika serikali. Acha nielekeze mioyo yenu nyumbani. Mara nyingi mtindo wa mamlaka unaotekelezwa nyumbani huigwa baadaye na watoto wanapokuwa watu wazima. Ni nyumbani ndipo watoto wanajifunza kwamba jinsi mamlaka yanavyotumiwa ina matokeo halisi. Ikiwa mamlaka yanatumiwa vibaya, watoto watakua wakihisi hawako salama. Jambo la kusikitisha ni kwamba katika mahema ya Yakobo, maisha yalikuwa magumu sana. Yusufu alikulia katika nyumba isiyo na amani, furaha, upendo wala ushirikiano. Ni nini kilikuwa chanzo cha mafadhaiko haya yote?

Jibu: tabia zisizofaa za mzazi. Baba alichochea wivu na akasababisha hasira miongoni mwa wanafamilia. Hatimaye matendo ya Yakobo yasiyo ya haki yalisababisha uhasama. Iwe nyumbani, kazini au katika taifa, matumizi mabaya ya mamlaka huharibu msingi wa jamii.

Ushawishi Huzuia Upendeleo

Yakobo alimpa mwanawe aliyependa zaidi koti lenye rangi nyingi. Watu wengine huhisi kana kwamba wazazi, mwajiri au mwalimu wao wanampendelea mtu mwingine. Watu wanapoona kwamba hawatendewi haki na yule aliye na mamlaka, hiyo inakuza hisia ya chuki. Upendeleo huondoa motisha katika wafanyakazi na huharibu umoja wa timu. Kiongozi anapoelekeza mawazo yake kwa yule "anayempendelea" anaweza kukosa kuona kwa urahisi fursa za ukuaji au kushindwa kutambua ujuzi unaotolewa na wengine. Kwa kutowapa wafanyakazi wote nafasi ya kufana, bosi huzuia ukuaji wa kampuni na husababisha kampuni kupoteza pesa.

Ikiwa wewe ni kama mmoja wa wale kaka kumi wa Yusufu, unapaswa kuitikiaje upendeleo?

a. Baini ikiwa wewe ni mwathiriwa. Hakikisha hujifanyi kuwa wewe ni mwathiriwa.
b. Endelea kufanya kazi kwa bidii. Usiruhusu kamwe upendeleo kubadilisha utendakazi wako.
c. Usiwe na hasira na mtu anayependelewa.
d. Kuwa na subira. Hakikisha unatimiza majukumu yako. Wakati wako utafika.
e. Endelea kuzungumza. Waulize wale walio na mamlaka

ikiwa kuna njia ambazo unaweza kuboresha utendakazi wako au njia za kutimiza matarajio kwa njia bora zaidi.

Ikiwa wewe ni kama mwana anayependelewa, unapaswa kuitikiaje?

a. Jiepushe na majivuno na kiburi. Chagua unyenyekevu na ukarimu.
b. Tafuta kushirikiana na wenzako katika timu.
c. Waheshimu wale walio karibu nawe.
d. Endelea kutia bidii kadiri unavyoweza.

Ikiwa wewe ni kama baba aliye na mwana anayempenda zaidi, unapaswa kuitikiaje?

a. Kumbuka, unawajibika kwa ajili ya utamaduni ulio katika kikundi chako.
b. Sikiliza maoni kutoka kwa watu wanaokuzunguka.
c. Kutoa vitu vya kutia motisha kwa kila mtu.
d. Toa fursa kwa wengine ili wafane na wakuze ujuzi wao.*17*

Ushawishi Huchochea Utendakazi

Kwa nini Yusufu hakuwa anafanya kazi shambani na kaka zake? Haiwezekani kwamba kaka zake walimwambia Yusufu abaki nyumbani. Je, alikuwa anamshughulikia baba yake na kufanya kazi za nyumbani? Na wale kaka kumi wenye chuki walikuwa wakitoa uchungaji wenye ubora wa kiwango gani kwa mifugo ya baba yao?

Kulingana na Gallup, kuna aina tatu za ushiriki wa wafanyakazi;
1) 33% wanashiriki – wanahusika, wenye shauku, wanawasiliana na wenzao, wanasuluhisha matatizo, wanashirikiana na wenzao katika timu
2) 51% hawashiriki – wanafanya kazi lakini hawana msukumo au shauku, wanyamavu, wamejitenga.
3) 16% hawashiriki kabisa – wana machungu, hawana furaha, wanaonekana wanafanya kazi lakini hawafanyi lolote la maana*xviii*

Je, unaweza kufikiria ni kwa kiwango gani wafanyakazi,

wanafunzi, wanasiasa au washirika wa kanisa wasioshiriki wanaathiri mafanikio ya biashara, shule, serikali au huduma? Nani anaweza kupiga hesabu ya gharama kubwa za kifedha, kisaikolojia na kijamii zinazotokana na kutoshiriki? Nguzo ya Ushawishi inawasaidia watu kushiriki tena. Haya hapa ni mapendekezo machache ya suluhu zinazozingatia tabia.

Kwanza, mtu aliye na mamlaka anaweza kufanya nini ili kuwasaidia watu kushiriki tena?

a. Tambua utendakazi duni - kudorora kwa utendakazi kwa kawaida ni kiashiria cha kwanza cha kutoshiriki.
b. Gundua mafadhaiko yanayoendelea – sikiliza, je, maoni au matatizo yameshughulikiwa?
c. Tambua tabia mbaya – Yakobo alikataa kushughulikia utendakazi duni.
d. Hakikisha kuna ujuzi wa kutosha – toa mafunzo na vitu vya kutia motisha.
e. Himiza utatuzi wa matatizo – wape watu nafasi ya kutoa mawazo na suluhu za matatizo.
f. Toa thawabu kwa ajili ya tabia njema – hata kusema tu "asante" huwafanya watu wahisi kuthaminiwa.
g. Himiza mawasiliano – mikutano ya ana kwa ana huwezesha ufuatiliaji na kupokea maoni.

Pili, wale walio chini ya mamlaka wanaweza kufanya nini ili washiriki tena? Mawazo yafuatayo yanawahusu wale kaka kumi na vilevile Yusufu.

a. Kubali pale ambapo utendakazi umedorora.
b. Wasilisha mafadhaiko au matatizo moja kwa moja kwa msimamizi wako.
c. Chochea motisha upya kwa kuweka malengo pamoja na kusisitiza maadili.
d. Kuza ujuzi kupitia mafunzo na ushauri.
e. Fanyeni kazi kama timu – watie wenzako moyo, wawajibishe na usheherekee mafanikio.
f. Chagua mtazamo mzuri – fanya mambo rahisi kama kutabasamu, zungumza kwa njia ya kutia moyo.

g. Tatua matatizo kwa kuwa sehemu ya suluhisho.
h. Onyesha shukrani, kusema asante huathiri mtazamo wa watu*19*

Ushawishi Huthamini Watu

Inanishangaza sana kwamba Yusufu alifurahi kwenda kuwatafuta kaka zake. Alikuwa hajui kwamba walimchukia na kwamba walikuwa wamefadhaishwa na jinsi baba yao alivyompendelea. Kwa nini aingie katika kambi ya kaka zake bila woga au afikirie kwamba kaka zake watamwonyesha heshima? Kiburi na fumbo la mamlaka vilimfanya kijana huyo asiye na hekima asiweze kutafakari mambo. Badala ya kuelewa hisia za kaka zake, hakujua jinsi walivyomchukia.

Kipindi cha televisheni cha matukio halisi cha *Undercover Boss* kilishughulikia suala la jinsi waajiri hawaelewi kabisa hali halisi za wafanyakazi. Maafisa wa ngazi za juu katika kampuni waliombwa
waache starehe za ofisi zao na kufanya kazi za chini kwa siri katika kampuni zao ili kujua jinsi shughuli zinavyotekelezwa na jinsi wafanyakazi wanavyofikiri juu yao. Kipindi hicho cha matukio halisi kilichoshinda tuzo la Emmy kilitumia kamera za siri kuonyesha hali halisi
ya maafisa hao wakitekeleza shughuli za kila siku katikamashirika yao. Katika mchakato wa shughuli hiyo ya siri, walijifunza kuhusu mtazamo wa watu juu ya kampuni zao,
ushirikiano miongoni mwa wafanyakazi wao na -- labda --- kitu kuwahusu wao wenyewe.*20*

Mamlaka huathiri fikira zetu. Watu wanapohisi wana mamlaka au hawana mamlaka, hiyo huathiri mtazamo wao wa wengine. Matumizi ya mamlaka yanaweza kuathiri pakubwa jinsi tunavyofikiri. Kadiri watu wanavyopanda ngazi
ya hadhi, mawazo yao yanachukua mwelekeo mbaya, na huruma ya kawaida kwa wengine inatoweka. Mojawapo ya mitego mikubwa ya mamlaka ni kwamba inawafanya viongozi wasiwe na huruma juu ya matatizo ya wengine. Badala ya kujali matokeo ya kitendo fulani, wenye mamlaka husonga mbele na kufanya kile

wanachotaka. Tafiti zimeonyesha kuwa wale walio na mamlaka wana uwezekano mkubwa zaidi wa kutegemea dhana potovu na mawazo ya kijumla badala ya taarifa za kutegemewa. Kujifikiria mwenyewe, kutoelewa hisia za watu, au kutojali ni dalili za kutokuwepo kwa nguzo ya uadilifu na dhihirisho kuwa kiongozi wa aina hiyo anaelekea mashakani. Na Yusufu alikuwa anaelekea mashakani*21*

Ushawishi Huwezesha Urejesho

Ndugu zake Yusufu walimwondoa katika nafasi yake. Walifanya hivyo kwa njia mbaya zaidi! Kaka zake walimtupa shimoni kisha wakamuuza utumwani. Kitendo hicho kilikuwa kibaya zaidi kuliko kwenda kazini na kufutwa kazi kisha kuondoka na kwenda zako. Yusufu angeitikiaje? Mtu yeyote akifutwa kazi atahisi kana kwamba ameshindwa, atakumbwa na kimbunga cha hisia kuanzia aibu, kutokuwa na thamani hadi sonona. Atataka kuwalaumu wengine au kuwasema vibaya na kubeba chuki. Hata hivyo, hakuna rekodi yoyote inayoonyesha kuwa Yusufu alikumbatia tabia zenye kuleta madhara. Alinyanyuka. Kama Yusufu, wewe pia unaweza kupata ujasiri wa kunyanyuka.

Jinsi ya kusonga mbele

a. Omboleza – Yusufu alikuwa na muda wa kuomboleza. Kutoka shimoni hadi Misri, alikabiliana na hasara zake na akashughulikia hisia zake changamani. Baada ya muda fulani, alikabiliana na ulimwengu.
b. Pata mtazamo mpya – alishinda kukataliwa na akageuza hasara kuwa fursa mpya.
c. Jifunze kutokana na kile ulichopitia – alitathmini mapungufu yake na kukumbuka uwezo wake.
d. Panga - Yusufu alibaini jinsi ambavyo angeweza kujiboresha na kuwa na ufanisi zaidi.
e. Fanya mazoezi – mazoezi ya kimwili na kuhisi una afya huleta manufaa makubwa kwa ustawi wa kiakili.
f. Tenda kwa imani – Yusufu aliamua kumtumainia Mungu katika hali zake.
g. Kumbuka ndoto yako – ingawa matumaini yake

yalionekana kusambaratika, alikataa kuyaacha yafe.*22*

Ushawishi Hudumisha Maadili

Watu kwa kawaida wanajua jambo sahihi la kufanya. Kudanganya ni makosa, lakini hisia ya kuwa na mamlaka hufanya iwe rahisi kutoa sababu za kimantiki za makosa ya kimaadili. Kwa mfano, wanasaikolojia walipouliza watu walio katika vyeo vya "mamlaka ya chini na mamlaka ya juu" jinsi watakavyowatathmini wale wanaoendesha gari kwa kasi sana wakati wamechelewa kufika katika mkutano, watu walio katika kikundi cha mamlaka ya juu walisema mara kwa mara kwamba ni vibaya zaidi wakati wengine wanafanya uhalifu huo kuliko wakati wao wenyewe wanaufanya. Kwa maneno mengine, hisia ya kuwa na hadhi ya juu iliwafanya wahitimishe kuwa wana sababu nzuri ya kuendesha gari kwa kasi. (Walihisi wanaruhusiwa kufanya mambo fulani, shughuli zao zilionekana kuwa muhimu zaidi kuliko kutii ishara za barabarani. Lakini waliamini kuwa watu wote wengine wanapaswa kufuata ishara hizo).*23*

Wakati fulani, kabla ya Yusufu kuwasili Misri, aliamua maadili yatakayomwongoza. Kuishi Misri na kuhudumu katika nyumba ya Potifa kutapinga maadili hayo. Kwa njia fulani, alikuwa kama mwanafunzi wa chuo kikuu aliye mbali na nyumbani na, kwa mara ya kwanza,
aliwajibika kikamilifu kwa ajili ya maamuzi yake. Atajiendesha kwa jinsi gani? Kama asingeamua maadili yake na kuyakumbatia mapema, angekuwa katika hatari ya kupatwa na madhara na kuchanganyikiwa.

Nafasi ya Yusufu kama mkuu wa wafanyakazi wa nyumba ya Potifa ilikuwa na manufaa na majaribu. Kulikuwa na fursa rahisi, zenye kuvutia za kutumia nafasi yake kwa faida yake mwenyewe na kutumikia masilahi yake binafsi. Wakati ulifika ambapo bosi wake hakuwepo, na mke wake mrembo mara kwa mara alijaribu kumshawishi kwa nguvu ashiriki naye ngono. Mara nyingi watu wenye mamlaka hutarajia upendeleo wa kingono au hutoa masharti ambayo ni ya unyanyasaji wa kingono. Na wakati mwingine ili kujifaidi, watu wasio na fursa hutumia upendeleo wa kingono kupata manufaa. Lakini si Yusufu, alithamini uadilifu zaidi ya cheo chake. Badala ya kujifaidi kwa kujisalimisha kwa anasa za ngono haramu, alitoroka. Kwa sababu alikuwa ameshaamua maadili yake ya msingi, aliweza kudumisha uadilifu. Yusufu hakuhitaji ngono, mamlaka au pesa ili kutosheleza hitaji fulani la ndani. Alikuwa ameridhika. Kwa hivyo, alikuwa amejiandaa kujikinga wakati wa majaribu.

Majaribu makali yanapojitokeza kwa wale walio na mamlaka, kuwa na mtazamo mpana na ukumbuke maadili yako ya msingi. Yusufu alikumbuka kuwa mwaliko huo ulitoka kwa mke wa mtu ambaye alikuwa amempa kazi yake na kumtendea mema. Wakati wa majaribu hayo, pia alitambua hatari ambazo zingempata kama angekubali ushawishi wa mke wa Potifa. Ingawa hamu ya ngono ni mojawapo ya majaribu makali zaidi yanayowakabili wanaume na wanawake, jaribu hilo pia husababisha matokeo mabaya zaidi. Yusufu alidumisha uadilifu wake, na fumbo la mamlaka lilishindwa kumwangusha.

Ushawishi Hudumisha Taadhima

Potifa aliporudi nyumbani, mke wake alimwonyesha koti la Yusufu. Alimshtaki Yusufu kwa kumshambulia kingono. Ukweli ulikuwa kwamba Yusufu alikataa ushawishi wake na akajinasua mikononi mwake. Alikimbia ingawa hiyo ilimaanisha kuacha koti lake mikononi mwa mke wa Potifa. Mashtaka yake ya uwongo yaliharibu sifa ya Yusufu. Ilimgharimu kazi yake na kusababisha afungwe gerezani.

Kuna uwezekano kwamba unapofanya kazi, unaweza kukabiliwa na shtaka la uwongo kuhusu jambo fulani la kitabia au la kusema. Fanya kile Yusufu alichofanya. Alisalia mtulivu, aliomba, na akatumaini kupata nafasi ya kujitetea. Kama angeweza kujitetea, labda Potifa angeelewa. Yamkini utapewa nafasi ya kutetea matendo yako, lakini Potifa alimhukumu Yusufu bila kumpa nafasi yoyote ya kujitetea. Haki ya Potifa haikuwa haki hata kidogo.

Uadilifu unahitaji mtu wa kwanza ambaye utakuwa mkweli naye ni wewe mwenyewe. Yusufu bado alikuwa na miaka mingi ya kuishi. Je, ataruhusu shtaka la uwongo liamue jinsi maisha yake yatakavyokuwa? Yusufu mwana wa Yakobo aliamua kushinda hali mbaya isiyo ya haki kwa kuweka juhudi zake katika jambo linalofuata analoweza kutekeleza na kwa kujenga mahusiano mapya. Kuwa na tabia bora kulimhitaji amsamehe mshitaki wake. Kutosamehe kungemzuia kusonga mbele na maisha yake. Alijua ukweli. Muda na tabia bora vilikuwa upande wake.

Ushawishi Huathiri Watu Walio Karibu Nasi

Mlango wa gereza ulipofungwa kwa kishindo nyuma yake, awamu mpya ya maisha yake ilianza. Je, maisha ya gerezani yatashawishi tabia zake au atashawishi wafungwa wenzake? Kizuizi kimoja kikubwa dhidi ya vuguvugu la uadilifu ni dhana potovu kwamba ushawishi umetengewa wale wenye nyadhifa muhimu na mamlaka. Vizuizi vipya vya Yusufu havikuondoa ushawishi wake. Je, atajifunza njia za uovu kwa kusikiliza ushauri wa wahalifu au atatumia uadilifu wake binafsi kuwashawishi wafungwa sugu? "Si lazima niwe mtu mwenye mamlaka ili niwe na ushawishi. Watu wengi walionishawishi maishani mwangu yamkini hata hawajui mambo walionifundisha."*24*

Bila cheo au mamlaka, Yusufu aliwashawishi watu waliokuwa karibu naye. Hakuchukulia kuwa ushawishi uliweza kutoka tu kwa watu wenye mamlaka, utajiri au umaarufu. Nuru moja ndogo hubadilisha mahali penye giza kuu. Uadilifu wake uling'aa sana gerezani. Jambo la kuvutia kuhusu ushawishi wake ni jinsi ulivyofika mbali. Baada ya muda, mkuu wa gereza alivutiwa na Yusufu. Msimulizi anaandika taarifa ya kuchekesha, ambayo karibu isiwe ya kuaminika kuhusu imani ambayo maafisa wa gereza waliweka katika Yusufu. Walimpa mfungwa jukumu la kusimamia gereza lote. Fikiria jinsi uamuzi huo usivyo wa busara kabisa! Si wa busara, ikiwa mfungwa huyo si mwadilifu. Yusufu, tunakuamini kiasi kwamba unaweza kufanya chochote unachotaka kwa sababu utaongozwa na uadilifu. Unastahili kuaminiwa kwa kiwango hiki cha juu!*25*

Vitendo vya wengine hutuathiri. Nilipokuwa kijana, nilifurahia kucheza michezo. Kwa bahati nzuri, nilikuwa na ustadi katika kutumia macho na mikono, jambo ambalo liliniwezesha kufaulu. Namkumbuka mmoja wa wakufunzi wangu ambaye alitaka kuvutia timu yake kwa maneno machafu, vichekesho vichafu na visa vya ulevi na ngono. Alifikiri kuwa "mwanaume" kulimaanisha kuvunja sheria na kuwadhihaki watu dhaifu. Mwanzoni, mtazamo wa kifidhuli wa mkufunzi wetu uliwavutia baadhi ya wachezaji wenzangu wachanga. Hata hivyo, siku moja tulifika mazoezini na kugundua mkufunzi wetu hayupo.

Tulifahamishwa kuwa yeye si mkufunzi wetu tena. Alikuwa anakabiliwa na mashtaka ya kuendesha gari akiwa mlevi. Polisi walipomsimamisha mkufunzi huyo, alikuwa na mwanamke ndani ya gari ambaye hakuwa mke wake. Kwa sababu hiyo, mke wake aliwasilisha ombi la talaka. Mienendo mibaya ya mkufunzi wangu haikuonekana tena kuwa ya busara kwa yeyote kati yetu. Nafikiri timu yetu ilijifunza mengi zaidi kutokana na kushindwa kwake kuliko jinsi ambavyo angewahi kujua. Hadi leo, hakuna hata mtu mmoja wa timu hiyo amefuata mtindo mbaya wa maisha yake. Kila mmoja wetu amefuata maisha yenye uadilifu.

Ushawishi Huleta Manufaa

Wakati wa kufungwa kwake, Yusufu alisaidia wafungwa wengi. Baadhi yao waliahidi kwamba baada ya kuachiliwa, watajaribu kumsaidia. Hakuna aliyetimiza ahadi yake mpaka siku moja, mnyweshaji wa Farao akakumbuka ahadi yake.*26* Uadilifu wa Yusufu hatimaye ulimfaidi.

Ufisadi huahidi faida kubwa zinazopatikana kwa haraka na kwa urahisi. Uadilifu, kwa upande mwingine, huahidi faida endelevu baada ya muda. Ufisadi ni kama kutobadilisha mafuta kwenye injini ya gari. Mwanzoni, injini itafanya kazi vizuri, lakini hatimaye, itazimika. Warren Buffet, mwenyekiti na afisa mkuu mtendaji wa kampuni ya Berkshire-Hathaway anasema, "Katika kutafuta watu wa kuajiri, tafuta sifa tatu: uadilifu, akili na msukumo. Ikiwa hawana sifa ya kwanza, hizo mbili zingine zitakuua."*27*Athari za ufisadi huleta madhara polepole, kama mafuta machafu kwenye injini ya gari. Warren Buffet huajiri watu waadilifu kwa sababu hiyo inahakikisha mafanikio endelevu katika siku za usoni katika kampuni zake. Yeye hujiepusha na faida za muda mfupi zinazoleta maumivu ya muda mrefu.

Nembo ya cli inaonyesha mojawapo ya zaburi zenye hekima zaidi. Zaburi hiyo inaeleza kuhusu mti unaobaki kuwa mbichi na kuzaa matunda kwa majira yake. Mwandishi wa Zaburi hiyo anaonya dhidi ya kufuata ushauri potovu au kutumainia njia zisizo za uaminifu au kutegemea faida zinazopatikana kwa udanganyifu. Anaimba; faida zilizopatikana kwa njia mbaya hazitadumu. Badala yake, furahia maisha yenye mafanikio endelevu. Uadilifu ni kama mti unaozaa matunda. Mti mzuri huzaa matunda kwa majira yake. Kinyume cha hilo, mafanikio ya muda mfupi yanayopatikana kwa ufisadi ni kama makapi yanayopeperushwa na upepo.*8*

Ninaamini kila mtu, kila familia, kila biashara na kila taifa linatamani kuzaa matunda kwa njia endelevu. Mfano wa Yusufu unatukumbusha baada ya muda, uadilifu huleta manufaa. Mti wa matunda huchukua muda mrefu kukua. Magugu huchipuka haraka. Kumbuka, matunda ya mti ni ya kuburudisha na mengi, lakini kuenea kwa magugu kunakera na kuchukiza.

Ushawishi Huleta Mafanikio

Habari za leo zinapaswa kutushawishi kwamba wadanganyifu hatimaye hupoteza. Iwe unazingatia ufisadi katika siasa, michezo, biashara, uhandisi au sayansi, hatimaye, adhabu ya ufisadi hudai malipo. Uadilifu wa Yusufu ulimpitisha kwenye shimo, nyumba ya Potifa, gereza na hatimaye ulimleta kwenye jumba la kifalme. Uaminifu wake katika nafasi yake yoyote ulimfungulia mlango wa kuwa na ushawishi mkubwa zaidi baadaye. Hatimaye, uadilifu ulimletea faida kubwa. Tabia njema ya Yusufu ilimweka kwenye njia sahihi na kumleta mbele ya mfalme. Ikiwa angegeukia njia potovu, Yusufu angepoteza njia yake na mustakabali wake. Uadilifu ulimlinda. Uadilifu ulikuwa umemhifadhia manufaa makubwa zaidi ya chochote ambacho amewahi kutarajia.

Kwa nini nasema kuwa mafanikio yake yalitokana na uadilifu? Labda ilikuwa tu bahati nzuri. Haya ni mambo matano ya kukumbuka kuhusu kwa nini uadilifu ulileta manufaa.

a. Tabia bora – hakuna kitu kinachoweza kuchukua nafasi ya tabia bora, katika juhudi za kuwa na tija.
b. Ustadi – uadilifu huelekeza ujuzi, vipawa na uwezo katika ufanisi.
c. Kujitolea – uadilifu unamaanisha kuwa "umejitolea kikamilifu" kwa muda mrefu.
d. Ujasiri – uadilifu hukutia nguvu kutekeleza kile kilicho sahihi.
e. Imani – uadilifu unaweza kuaminiwa kuleta matokeo yanayohitajika.

Zaburi iliyohamasisha nembo yetu ya cli inajumuisha maneno yafuatayo, "Watakuwa kama mti uliopandwa kandokando ya vijito vya maji uzaao matunda yake kwa majira yake, wala jani lake halinyauki. na kila alitendalo litafanikiwa."*29* Historia inaweza kutoa ushahidi;uadilifu unaweza kuleta thawabu nzuri.

Ushawishi Hufaidi Kile Mtu

Ubinafsi ni mchanganyiko wenye nguvu wa mielekeo ya kibinafsi. Ni tabia mbaya ya wanadamu ambayo tulianza tukiwa watoto wachanga. Msukumo wetu mkubwa tukiwa watoto wachanga ulikuwa ni kupata starehe, joto, chakula, na kushughulikiwa. Tunapokua kutoka utotoni hadi kuingia katika ujana, tunafikia mahali katika maisha ambapo
mahitaji yetu ya kibinafsi, masilahi na starehe zetu zinasawazishwa na za wengine, tunakuwa na uwezo wa kuona kwamba maisha hayatuhusu sisi tu.

Mwanzoni mwa sura hii, niliandika, "Matumizi ya mamlaka bila ubinafsi husababisha utajiri na fursa." Je, kuna simulizi lolote linaloweza kutoa ushahidi bora zaidi wa hilo kuliko simulizi la Yusufu? Kuteuliwa kwake kuwa wa pili katika ukuu juu ya Misri kulimkabidhi mamlaka makubwa
na kulimpa fursa ya kupata utajiri usio na kifani. Hata hivyo, Nguzo ya Ushawishi iliendelea kuongoza matumizi yake ya mamlaka. Alitafuta manufaa kwa ajili ya taifa lote badala ya

manufaa ya kibinafsi. Ingawa Yusufu alifurahia utele uliokuja na jukumu lake jipya, aliamini cheo alichopewa hakikuwa kwa ajili ya manufaa yake peke yake bali kwa ajili ya mafanikio ya taifa lote.

Nilipokuwa nikifanya utafiti kwa ajili ya kuandika kitabu hiki, nilitafuta "viongozi bora ulimwenguni" kwenye mtandao. Wanaume na wanawake wote 100 wakuu katika orodha hiyo walitoa mchango mkubwa katika maisha ya wengine. Nilipotafuta viongozi 100 wabaya zaidi katika historia, orodha hiyo ilikuwa na wanaume na wanawake ambao walitumia mamlaka yao vibaya, wakiibia mataifa na kuharibu maisha ya watu wengi.

Nilipendekeza simulizi la Nelson Mandela, "The Long Walk to Freedom." Niliposoma simulizi lake, niliona mambo machache yanayofanana kati ya Nelson Mandela na Yusufu mwana wa Yakobo. Kama Yusufu katika Misri ya kale na Nelson katika Afrika Kusini, kila mmoja alijua kwamba mtu mmoja anaweza kuwa kichocheo cha mabadiliko, na wote wawili hawakuwa na shaka kuwa wanaweza kuwa kichocheo hicho. Wote wawili walikuwa huru katika roho huku wakistahimili vizuizi vya gerezani. Walipotoka gerezani, wote wawili walikuwa watu wenye nguvu waliokuwa tayari kikamilifu kwa kile kilichokuwa mbele yao. Licha ya dhiki waliopitia, wanaume hawa walikataa kuachilia hadhi yao. Kila mmoja aliweka mfano unaopaswa kuigwa wa kujitolea, ujasiri na kujinyima. Wote wawili waliweka msingi uliokuwa imara vya kutosha ili kuweka mustakabali endelevu kwa wale waliowafuata. Kama Barack Obama alivyosema alipokuwa akisoma taabini ya Mandela:

"Ubuntu, neno ambalo linadhihirisha zawadi kuu zaidi ya Mandela: Kutambua kwake kwamba sisi sote tumeunganishwa kwa njia zisizoonekana kwa macho; kwamba kuna umoja miongoni mwa wanadamu; kwamba tunajifanikisha wenyewe kwa kushiriki nafsi zetu na wengine, na kuwajali wale walio karibu nasi … hakuwa tu kielelezo cha ubuntu, bali alifundisha[3] mamilioni kupata ukweli huo ndani yao wenyewe"*0*

Ushawishi Huwasamehe Wengine

Ikiwa kuna mtu yeyote ambaye alikuwa na sababu ya kuwa na machungu na kutosamehe, ni Yusufu. Akiwa gerezani, alikuwa na haki ya kusema, "Haya yote ni kwa sababu ya kaka zangu au ni kwa sababu ya madai ya uwongo ya Bi. Potifa." Sote tuna watu ambao wametutendea mambo ya kututia uchungu au ya kutukasirisha. Wakati mwingine tunalaumu wengine isivyo haki kwa mambo yaliyotokea. Lakini katika kisa cha Yusufu, alikuwa na malalamiko halali.

Kaka zake Yusufu walipofika mbele yake kuomba chakula, alikuwa na mamlaka na fursa kubwa ya kuwadhuru kwa njia kubwa. Hatimaye angeweza kuwatendea chochote alichotaka! Hata hivyo, alichotaka kufanya ni kuwafariji, kuwasaidia na kuwatunza wao na watoto wao wadogo. Msamaha wa kweli unaonekana hivyo. Simulizi hili linapaswa kutuhamasisha kusamehe. Tunapotafakari simulizi hili, tunaweza kujiuliza, "Je, tumeweza kufaulu kwa kiwango gani katika kusamehe?"

Wakati mwingine simulizi kama hii, badala ya kutuhamasisha kusamehe, inatuhukumu. Labda tunaweza kufikiria watu kadhaa katika maisha yetu ambao hatuwezi kuwasamehe kwa kiwango kama cha Yusufu. Tunaweza kufikiri, "Yusufu alisamehe, lakini ninahisi vibaya sana kiasi kwamba siwezi kusahau au kusamehe kile kilichotokea." Msamaha unaweza kuonekana kuwa hauwezekani. Kabla hujakata tamaa, wacha nikutie moyo kidogo.

Kwanza, usihisi kuhukumika na kiwango cha ajabu cha msamaha cha Yusufu kwa sababu hakufikia kiwango hicho haraka. Kumbuka, kulikuwa na hatua za msamaha ambazo zilimfikisha mahali ambapo angeweza kuwaonyesha ukarimu kaka zake na kuwatunza. Hakuona mara moja makusudi ya Mungu katika matukio maovu yaliyompata. Msamaha wake ulichukua muda mrefu kukuzwa. Nina shaka ikiwa katika siku ya kwanza utumwani au mwezi wa kwanza gerezani, alipata uponyaji kamili. Huenda msamaha wako bado hauonekani kama wake. Ingawa msamaha unaweza kutolewa mara moja, utaishi katika msamaha huo maisha yako yote. Kuwa na subira na wewe mwenyewe. Maumivu husababisha machungu, hasira na chuki, mambo yanayotia sumu katika hisia zako. Inachukua muda na nia kupata uponyaji wa maumivu ya kina. Kiwango cha ubaya au ugumu wa hali yako kutaamua juhudi utakayoweka ili uweze kusamehe. Lakini ikiwa Yusufu aliweza kusamehe, nawe unaweza.

Pili, Yusufu alisamehe akiwa katika hali salama. Hakuwa shimoni au gerezani. Ana mipaka thabiti na uwezo wa kuzuia ushawishi wa kaka zake. Amewajaribu kwa uangalifu na kuwachunguza. Wakati mwingine mahusiano yanakuwa mabaya sana kiasi kwamba unahitaji nafasi au utengano ili ujilinde. Hekima itakuongoza kupata mahali salama na itakufundisha jinsi ya kuanza mchakato wa kusamehe.

Tatu, kusamehe si kusahau. Kuna wazo potovu lililojikita katika utamaduni wa Amerika ya Kaskazini kwamba kusamehe ni kusahau. "Samehe tu na usahau." Ninathamini hisia inayohamasisha wazo hilo, lakini ukweli ni kwamba, kusamehe si kusahau. Kujaribu kusahau ni njia mbaya sana ya kushughulikia msamaha. Yusufu alijua kwamba kaka zake walikusudia maovu kwa kile walichofanya. Hakutoa vijisababu kwa ajili yao. Badala yake alikumbuka vyema mambo yaliyopita na jinsi yalivyomwathiri. Hakuwa ameyasahau, hakuyapuuza wala hakuficha ukweli. Kilichotokea kilibaki kuwa sehemu ya simulizi lake. Lakini alianza kuelewa maana ya kile kilichotokea. Na aligundua kwamba kwa kusamehe, kwa kulinda uadilifu wake, matukio hayo ya kutisha kwa namna fulani yalipoteza ushawishi maishani mwake. Kwa sababu ya taadhima yake thabiti, kile kilichokusudiwa kwa uovu kilifanya kazi kwa wema.[31] Msamaha huwezesha mambo ya kushangaza. Ni uamuzi bora. Si uamuzi rahisi kufanya. Lakini utakuwezesha kufikia uwezo wa juu zaidi.

Ushawishi Huwekeza Katika Mustakabali Bora Zaidi

Ukosefu wa uadilifu wa baba Yakobo ulihujumu mafanikio ya familia yake na kuvunja uhusiano na wanawe. Uadilifu wa Yusufu wa matendo ulitengenezea familia yake mustakabali bora na uliongoza hatua za wanawe. Ufisadi ukiachwa uendelee bila kukomeshwa, unatishia kudhoofisha ulimwengu ambao kizazi kijacho kitarithi. Kwa nini mabilioni ya dola yaliyotolewa kama msaada yameshindwa kuleta mabadiliko makubwa? Kwa nini kiasi kikubwa cha msaada hakijawafikia walengwa waliokusudiwa? Je, uwekezaji utaendelea kumiminika kwa wale wasiotaka kuwajibika au wanaoelekeza uwekezaji kwenye miradi mingine? Ufisadi hauibii tu wakati wa sasa, bali pia unaibia siku zijazo.

Uadilifu unahitaji kwamba akina baba wasiibe mustakabali wa watoto wao. Nakumbuka nikimsikiliza mwanasiasa mmoja wa Canada akisema kuwa sera zake zitarejesha matumaini na kupunguza deni linalozidi kuongezeka. Alitoa changamoto kwa wapiga kura wawe wajasiri na wafikirie zaidi ya raha ya haraka. Ujumbe wake ulitangaza kuwa ni wakati wa kizazi cha sasa kukubali kuwajibika kwa ajili ya ulimwengu tutakaokabidhi kwa vizazi vijavyo.

Ikiwa watu wenye mamlaka wataweka Nguzo ya Ushawishi kama msingi wa matendo yao, tunaweza kurejesha tumaini la kesho iliyo bora zaidi. Ondoa msingi wa uadilifu, na tutaelekea kuzama katika umaskini. Mtu mmoja mwenye hekima aliandika hivi: "Mtu mwadilifu atakuwa na furaha kwa sababu watoto wake watakuwa imara duniani, na nyumba zao zitabarikiwa."

Wote wanaokuja nyuma yetu wapate kuwa tulikuwa watu waadilifu.*32*

Nguzo ya Uaminifu

Uaminifu Hukuza Tabia Bora.
Ikiwa watu hawawezi kukuamini, hawatajenga uhusiano na wewe.
Ikiwa watu wanaweza kukuamini,

watajenga uhusiano na wewe.
Uaminifu ni kama shinikizo la damu! Ni kimya, muhimu kwa afya yako, na lisipotunzwa vizuri linaweza kusababisha kifo.[33]

Uaminifu ni kati ya maneno yanayotumiwa sana katika lugha ya Kiingereza, likiorodheshwa katika nafasi ya 949.[34] **Ukitafuta kitabu kuhusu uaminifu katika tovuti ya amazon.com, utapata matokeo 84,509. Ukiandika neno la Kiingereza 'trust' (uaminifu) k**atika hifadhidata ya mtandaoni kwa jina PsycINFO, inayotumiwa sana na wanasaikolojia, utaweza kufikia zaidi ya makala 9,600..[35]

Kuaminiana ndio nguzo inayoshikilia kila uhusiano, mwingiliano, uwekezaji au mkataba. Ni kiungo muhimu katika mawasiliano bora na ni kanuni ya msingi inayounganisha mahusiano. Katika kiwango cha msingi, uaminifu huchukulia kuwa watu watatenda kwa manufaa ya wengine. Maisha yanatufundisha kwamba uaminifu huchukua miaka mingi kukuza, sekunde chache kuharibu, na muda mrefu kuurejesha tena. Hakuna jambo moja linaloweza kukuza uaminifu; uaminifu hukuzwa na matendo thabiti kadiri muda unavyoendelea kupita. Matendo ya kizembe hupunguza uaminifu. Kama vile kifutio kinavyozidi kuwa kidogo kila kinapotumiwa kufuta makosa, vivyo hivyo, uaminifu hudidimizwa na uzembe.

Bila shaka, uaminifu ni muhimu katika familia, serikali, biashara, kanisa, elimu, taaluma, michezo, sanaa, vyombo vya habari na burudani. Hakuna uhusiano wa maana unaoweza kudumu bila uaminifu! Je, mtu anaweza kujenga maisha yenye mafanikio bila uaminifu? Ninakupa changamoto kutafuta Mlima wa Ushawishi ambapo uaminifu si muhimu katika

kudumisha ufanisi. Kiini cha mahusiano bora ni uaminifu. Usishtuke kwamba mtu alikudanganya; sikitika kwamba kuanzia sasa, itakuwa vigumu kwako kumwamini. Ikiwa watu wanaweza kukuamini, watakuwa na hamu ya kuwa na uhusiano na wewe. Ikiwa watu hawawezi kukuamini, hawatakuwa na hamu ya kuwa na uhusiano na wewe.

Ninaposafiri kote ulimwenguni, huwa ninanunua petroli. Popote ninaponunua petroli, huwa ninaamini kwamba napata mafuta safi na yenye ubora. Ninatarajia kuuziwa kwa bei halali na kwamba sarafu yangu itakubaliwa. Shughuli za kawaida za kibiashara zinahitaji uaminifu. Uaminifu una umuhimu wa msingi katika maisha.

Kwa miaka mingi, niliishi kusini magharibi mwa Ontario, Canada, eneo maarufu kwa uzalishaji wa kilimo. Wakulima wa eneo hilo waliuza mazao mabichi kwa kuweka stendi za matunda na mboga mwishoni mwa barabara zao. Kila mkulima alionyesha mazao yake mabichi. Wanunuzi kutoka eneo hilo walichukulia kuwa mazao hayo mabichi yalikuwa yenye ubora wa hali ya juu na wakulima wa eneo hilo waliuza kwa bei ya chini. Hata hivyo, kuna kitu kilikosekana katika kila stendi ya mazao. Hakukuwa na muuzaji - badala yake, kulikuwa na sanduku la chuma ambapo wanunuzi walipaswa kuweka malipo yao. Wakati mwingine wakulima waliweka chupa ya sarafu ili mteja aweze kuchukua chenji yake kamili. Hakukuwa na kamera za kuwazuia wanunuzi kuiba mazao au pesa. Biashara hiyo ya kuuza mazao kwenye stendi ilikuwepo kwa sababu kulikuwa na uaminifu. Uaminifu kati ya wakulima na wateja ulidumisha biashara hiyo. Mfumo huo rahisi ulimnufaisha kila mtu. Bila uaminifu, stendi hizo za mazao zingetoweka.

Nchi nyingi zina matatizo kwa sababu ya upungufu wa uaminifu. Licha ya madhara ya kutoaminiana, wachache wanaonekana kujalishwa na hali hiyo. Hata kuteseka kwa wanadamu kunakosababishwa na ufisadi kumeshindwa kupunguza kuenea kwa ufisadi. Fikiria mateso yanayosababishwa wakati msaada kama vile dawa, chakula, na vifaa vya ujenzi vinakaa ndani ya mashehena yaliyofungwa mwishoni mwa barabara ya kurukia ndege. Licha ya hitaji kubwa, mashehena makubwa

yanaendelea kukaa bila kufunguliwa hadi viongozi wapate hongo. Je, unaweza kutaja mashirika ambayo yalikiuka uaminifu wa umma na hayapo tena? Mashirika mengine kama Volkswagen na Msalaba Mwekundu wa Marekani yalisaliti uaminifu wa umma na yakalipa adhabu kubwa ili kuwalipa watu waliolaghaiwa na kujenga upya uaminifu. Matokeo ya matendo yao ya kifisadi yalikuwa makubwa zaidi kuliko faini za mahakama au kupoteza fedha za bajeti.

Ingawa ulaghai hutokea katika kila nchi, watu wanatarajia uongozi uwe wa kuaminika. Baada ya kufanya kazi katika nchi nyingi katika kipindi cha miaka 20, Kouzes na Posner (2007) waliwahoji watu 75,000 katika nchi, tamaduni na mashirika mbalimbali. Matokeo ya utafiti yalionyesha kuwa uaminifu ndio sifa kuu zaidi inayohitajika katika uongozi. Watu wanataka viongozi wawe waaminifu.*36*

Je, Ukosefu wa Uaminifu Huleta Gharama Gani?

"Ufisadi hugharimu nini?" Kitabu kimoja cha zamani kinatoa jibu; "Mtu asiutumainie ubatili, na kujidanganya; kwa kuwa huo ubatili ndio utakaokuwa ujira wake."*37* Maelfu ya miaka iliyopita, mfanyabiashara mwenye hekima aitwaye Ayubu aligundua kwamba kuwaamini watu wasioaminika huleta matokeo duni. Unawapa uwezo wa kukudhuru. Madhara ni mabaya zaidi, si mazuri. Kwa mfano, wakati mwingine msaada hausaidii; badala yake, unaumiza. Fikiria kile kinachotokea wakati wale wanaopokea msaada wanafanya ufisadi. Wanafanya tatizo liwe baya zaidi huku wakihujumu juhudi za busara za kupata suluhisho.

Msemo, "Tunda moja lililooza linaweza kuharibu matunda mengine yote," rejelea hali ambapo mtazamo au tabia mbaya ya mtu mmoja inaweza kuathiri kundi zima.*38* Tabia mbaya huwashawishi wengine kujihusisha na tabia kama hiyo. Mitazamo mibaya huathiri kila mtu - kutaka kujinufaisha mara moja na kujifaidi kutokana na udanganyifu, hongo, ulaghai, usaliti, na ufisadi huchochea tabia zisizo za uaminifu. Jambo la kusikitisha ni kwamba katika nchi nyingi, matunda yaliyooza ni viongozi wanaoeneza uozo wao.

Ikiwa kuna kutoaminiana katika ndoa, wanandoa huuliza maswali kama, "Je, ninaweza kukuamini kwamba utasimama nami wakati nimefadhaika? Je, ninaweza kukuamini kwamba utanisikiliza? Je, ninaweza kukuamini kwamba utanichagua mimi badala ya mama yako au

kaka yako? Je, ninaweza kukuamini kufanyia familia yetu kazi? Je, ninaweza kukuamini kwamba utajiepusha na dawa za kulevya? Je, ninaweza kukuamini kwamba hutashiriki ngono nje ya ndoa yetu? Je, ninaweza kukuamini kwamba utahusika kikamilifu na watoto wetu? Uaminifu unapopungua, usalama wa uhusiano pia unapungua.

Kama raia wa Canada, ninahuzunishwa na ufisadi unaoongezeka katika nchi yangu. Tunakumbatia uhuru bila kulinda maadili. Miaka mingi iliyopita, tulichagua viongozi kwa sababu ya tabia zao bora. Watu walitanguliza uaminifu. Wakati mmoja, ahadi ya mtu ilikuwa na umuhimu mkubwa. Makubaliano ya kiungwana yalikuwa msingi wa mikataba muhimu isiyoweza kuvunjika. Hakukuwa na hati za kuandikwa, kujifaidi kupitia mapengo katika sheria wala mawakili. Mahakama yalizingatia sheria. Mawakili walichukua kesi kwa sababu zilistahili kushughulikiwa na kwa sababu walifikiri mshtakiwa alistahili kusikilizwa kwa haki. Jambo la kusikitisha ni kwamba mawakili wengi leo kimsingi wanahamasishwa na pesa, wanawatetea wahalifu na hujaribu kuwezesha wahalifu waachiliwe kwa kutumia mapungufu katika sheria. Katika utamaduni usiozingatia ukweli, ukweli umechukua nafasi ya pili baada ya hadhi na umepoteza mamlaka yake. Kuna wakati hatukufikiri kwamba tunaweza kusikia uwongo kutoka kwa ofisi ya kikanisa au ofisi ya Waziri Mkuu. Lakini leo ukosefu wa uaminifu umeketi kwa starehe kwenye kiti cha siasa, haki, dini, biashara, kanisa, elimu, burudani na familia.

Ukosefu wa uaminifu huongeza gharama ya kufanya biashara. Uaminifu, si pesa, ndio sarafu ya biashara na maisha. Katika utamaduni wenye uaminifu, watu ni wabunifu zaidi, wana motisha zaidi, wana tija zaidi, na wako tayari kujinyima kwa ajili ya timu. Kadiri uaminifu unavyoongezeka, utendakazi pia huongezeka. Kutoaminiana kunapoenea, kunaua motisha, ushirikiano, na tija. Kutoaminiana husababisha kila kitu kitiliwe shaka. Ukosefu wa uaminifu hupunguza kasi ya michakato na huongeza wasiwasi. Watu huacha kununua bidhaa au huduma kutoka kwa kampuni ambazo hawawezi kuziamini. Katika kitabu chake 'The Trust Edge', David Honsager anaonyesha jinsi gharama kubwa zaidi ya kampuni inavyotokana na ukosefu wa uaminifu.

Anasema kwamba, "Ukosefu wa uaminifu hupunguza tija na sheria huongezeka. Matokeo yake ni kwamba mamilioni ya dola ambazo zingeweza kutumika katika utafiti, mafunzo ya wafanyakazi, au kutoa vitu vya kutia motisha, zinatumika katika usimamizi na michakato ya uwajibikaji ili kutii masharti."[39]

Stephen Covey alifundisha wazo kama hilo, "Mazingira yenye kiwango cha chini cha uaminifu huathiriwa pakubwa na hila, migogoro baina ya watu, mashindano baina ya idara mbalimbali na ajenda fiche. Watu wanasemana vibaya kisiri huku wakiambiana maneno mazuri wanapokutana ana kwa ana. Katika mazingira yenye kiwango cha chini cha uaminifu, unapata kwamba kuna sheria na kanuni nyingi zinazochukua nafasi ya maamuzi na ubunifu wa wanadamu. Unaona kuwa watu kwa kiwango kikubwa hawana mamlaka. Watu hawawezi kukubaliana kuhusu kile ambacho ni muhimu. Vinginevyo, utamaduni wa mazingira hayo utaongozwa na udharura badala ya umuhimu, kwa sababu kila mtu anashughulikia masilahi na ajenda yake mwenyewe."*40*

Ukosefu wa uaminifu hugharimu kampuni ustawi wake. Unatia sumu katika utamaduni wa kampuni. Kile ambacho sumu hufanya ndani ya mwili wa binadamu, ukosefu wa uaminifu hufanya ndani ya kampuni au uchumi. Kama vile sumu huharibu seli za mwili, kutoaminiana huharibu mahusiano. Hatimaye, kile ambacho kilikuwa na afya kinagonjeka, kilichokuwa na nguvu kinazidi kuwa dhaifu, na kilichokuwa kinapeana uhai kinakuwa hakina uhai. Kutoaminiana hakuleti manufaa yoyote. Ni jambo jema lililoje kufanya kazi katika mazingira ambapo uaminifu unatawala, na watu wanafanya kazi zao kwa ufanisi!

Gharama Kubwa Katika Mahusiano

Ukosefu wa uaminifu huleta gharama kubwa katika mahusiano. Mojawapo ya viashiria vya awali vya upungufu wa uaminifu ni ukosefu wa ushirikiano. Bila ushirikiano, watu hushughulikia maslahi yao binafsi na kuyalinda vikali. Inazidi kuwa vigumu kufikia makubaliano. Ukarimu unatoweka. Motisha inakauka kama umande kwenye jua la asubuhi. Viwango vya utendakazi vinashuka. Ushirikiano unatolewa kwa uangalifu, na matumaini yanaonekana kutoweza kufikiwa. Mienendo ya watu inaongozwa na shaka na hofu inajenga vizuizi. Tunda la upendo, furaha, amani, uvumilivu, utu wema, fadhili, uaminifu, upole na kiasi, unanyauka katika tabia za watu.*41*

Gharama ya kujenga uaminifu ni ya chini ikilinganishwa na gharama kubwa ya kutoaminiana. Kutoaminiana kunafanana na kito bandia ambacho watu hununua, wakidhani kwamba ni kito halisi. Ingawa kinakuahidi utajiri, hakina thamani yoyote.

Hata hivyo, tabia ya uaminifu ni kama kito maridadi chenye thamani. Kadiri kinavyozidi kuchunguzwa, ndivyo umaridadi wake unavyozidi kujitokeza.

Ukipanda tabia ya kutoamini watu, je, unaweza kutarajia mavuno ya kuaminiwa na watu? Usipowaamini watu nao hawatakuamini. Rafiki yako anajitolea kukusaidia kuhamisha fanicha zako siku ya

Jumamosi, lakini haji. Binti yako anakuambia atakuwa nyumbani saa tano usiku lakini anarudi saa tisa na nusu asubuhi. Anasema, "Sikujua saa ilikuwa imepita sana." Tunaweza kumwamini nani? Kuna watu wachache ambao ninaweza kuwaamini kikamilifu. Musa ambaye aliongoza taifa kigeugeu ambalo

mara kwa mara lilivunja ahadi zake aliandika, "Mungu si mtu, aseme uongo; wala si mwanadamu, ajute; iwapo amesema, hatalitenda? Iwapo amenena, hatalitimiza?"*42* Tofauti na watu ambao kwa zaidi ya miaka 40 walimvunja moyo Musa mara kwa mara, na kushindwa kukumbuka ahadi zao, Yehova hakuvunja kamwe ahadi yake wala hakuwavunja moyo watu wake.

Je, unaweza kumwamini tena mtu ambaye alikuumiza kwa makusudi? Historia inasimulia simulizi la mtu ambaye aliongoza utakaso wa kidini na kisiasa dhidi ya kundi la watu aliowachukia. Aliwalazimisha kutoroka nyumba zao, aliwafunga wengi gerezani, na aliwatesa wengine. Hata baada ya kundi hilo kutoroka nyumba zao, chuki yake iliyokuwa bado haijatulizwa ilimsukuma kuwafuata bila kuchoka. Nafikiria kuhusu nani? Cha kusikitisha ni kwamba orodha ya wagombea ni ndefu sana. Katika kisa hiki, nafikiria kuhusu mtu anayeitwa Sauli, Sauli wa Tarso. Sababu iliyonifanya nimchague ni kwamba siku iliwadia ambapo Sauli aliacha kulitesa kundi hilo na akawa mmoja wao. Akajiunga na kundi lao. Je, watasamehe ukatili wake mkubwa? Je, ingewezakana yeye kuaminiwa nao? Fikiria Sauli wa Tarso akijaribu kujenga uhusiano wa aina yoyote na kundi hilo! Haiwezekani?

Fungua Akaunti ya Uaminifu

Nani anastahili kuaminiwa na wewe? Uliposoma swali hilo, ni majina gani yalikuja akilini mwako mara moja, na ulipata hisia gani? Ninakumbuka marafiki zangu fulani waaminifu, na kuwafikiria tu kunaniletea furaha. Uaminifu unakaa katika akili na roho. Kuaminika kunakopatikana kwa kustahili ndio kuaminika bora zaidi. Kuaminika kunatokana na tabia thabiti. Je, uaminifu unabaki vilevile, au unabadilika? Uaminifu unaweza kuweka msingi imara katika uhusiano kadiri muda unavyoendelea kupita. Hata hivyo, ukosefu wa uaminifu huhujumu uhusiano. Kukiuka imani ambayo mtu fulani ameweka kwako kumelinganishwa na kukunjakunja kipande cha karatasi. Unaweza kujaribu kuondoa mikunjo, lakini ukurasa huo hautarudi jinsi ulivyokuwa hapo awali. Ninakubali kuhusu matokeo ya muda mfupi ya kuvunjika kwa uaminifu. Lakini, tofauti na karatasi iliyokunjwakunjwa, mahusiano yanaweza kurejeshwa.

Viongozi wa kidini wa Kiyahudi walimpa Sauli wa Tarso mamlaka ya kutesa dhehebu jipya. Alitekeleza mateso makali dhidi yao. Ilikuwa ni kama kumpa mtu mwenye njaa leseni ya kuwinda. Hamu yake ya kutekeleza ukatili iliongezeka hadi hakuridhishwa na kushambulia kundi la Wakristo katika mji wa Yerusalemu pekee. Wafuasi wa Kristo walipoenea nje ya eneo la mji mkuu, aliwanyemelea. Aliamini kuwa historia itamkumbuka kwa kuondoa dhehebu hilo katika nchi ya Israeli. Lakini siku moja, alipokuwa njiani kuelekea Dameski, Sauli alikumbana na tukio la kiungu ambalo lilibadilisha maisha yake milele. Ghafla, kiongozi wa mateso dhidi ya Wakristo akawa Mkristo. Utume wake ukabadilika. Sauli alijiunga na watu aliokuwa akiwawinda.

Shauku ya Sauli ilikuwa imeongezeka hadi siku ambapo nuru kutoka mbinguni ilimzuia. Wakati huo, Sauli wa Tarso alitakiwa kuwajibika kwa matendo yake dhidi ya wanadamu. Ghafla kile alichoamini kuwa ni kizuri na cha kuheshimika kilifichuliwa kuwa kiovu na chukizo. Kutambua uhalifu wake mkubwa dhidi ya wanadamu na dhidi ya Mungu kulimfanya atubu. Baada ya kuongoka kwake, kuishi kwa Sauli kulitegemea uwezo wake wa kufungua akaunti ya uaminifu na watu aliokuwa akiwatesa.*43*

Lakini jamii aliyotarajia kujiunga nayo ilimwona kama mtu mwenye kulipiza kisasi, mwenye chuki, mwovu, asiye na dhamiri na hatari. Na mwenendo wake wa awali ulihalalisha kutomwamini kwao. Ingawa sasa alidai amebadilika, waumini bado walikuwa na shaka. Maneno na matendo yake yalionyesha mabadiliko lakini hakuweza kuaminika. Sifa zake, elimu, mafanikio yake ya awali, cheo na utajiri havikuwa na uwezo wa kushawishi maoni ya watu aliokuwa akiwadhulumu hapo awali. Kukuza uaminifu kati yake na watu hao kulionekana kuwa jambo lisilowezekana kabisa.

Je, angeweza kuaminiwa na watu hao? Rekodi yake ya uhasama wa kimakusudi dhidi ya kundi hilo ilimaanisha alianza kama akaunti yake ya uaminifu haina lolote. Wengine wanaweza kusema kwamba toba yake, pamoja na neema ya Mungu, ilimpa salio la sifuri katika akaunti yake ya uaminifu. Lakini, wengi wanafikiri Sauli alianza na upungufu mkubwa kwa sababu ya matendo yake ya awali. Vyovyote vile, mfano wa Sauli unadhihirisha kwamba msamaha humpa mtu aliyetubu fomu ya maombi ya kufungua akaunti ya uaminifu. Ikiwa Sauli aliweza kuaminiwa, sote tuna tumaini bila kujali maisha yetu ya awali.

Je, ingewezekana kwamba hata mtu mmoja ambaye aliteseka mikononi mwake amwamini? Msamaha hutolewa kwa hiari; uaminifu hupatikana kwa kustahili! Mungu alimsamehe, lakini je wale waliojeruhiwa na kisasi chake? Je, wangeweza kumsamehe? Mungu alimkaribia Sauli, lakini waumini waliamua kukaa mbali naye. Urejesho huchukua muda. Kwa wanadamu, msamaha ni mchakato. Msamaha unahitaji juhudi thabiti za muda mrefu. Kukuza uaminifu au kukuza upya uaminifu kunahitaji ushahidi muda mrefu baada ya kusamehewa.

Tumaini la Sauli la kufuta deni baya la kutoaminiwa lilitegemea kukuza uaminifu katika maisha yake. Ili kufungua akaunti ya uaminifu, Sauli alisalimisha utambulisho wake mpya kwa uchunguzi wa kila siku. Ikiwa hakuna mtu aliyekumbuka rekodi yake, ingekuwa rahisi sana kwake kukubaliwa! Maisha yake ya awali yalikuwa na madhara halisi. Ombi lake la kufungua akaunti ya uaminifu lilitoa changamoto kwa kikundi kidogo cha Wakristo katika mji wa Dameski.. Labda hata mbingu, dunia na jehanamu zilikuwa zinangoja kuona kama uongofu wa Sauli ulikuwa wa kweli.[44] Baada ya akaunti kufunguliwa, Sauli lazima aweke akiba mara kwa mara akitumia sarafu ya tabia na mwenendo wake.[45]

Hofu kuu ilikuwa imejaa moyoni mwa Anania Roho alipomwagiza amtembelee Sauli katika nyumba alimoishi. Je, sauti ya Roho ingeweza kuaminiwa? Je, kutii agizo hilo kungeishia na kifo chake? Hakuna chochote ndani yake kilimshawishi amsaidie Sauli. Anania hakuwa na sababu ya kimantiki ya kutii agizo hilo! Kwa nini aende? Jibu la swali hilo linaweza tu kuwa na mantiki ikiwa alikuwa na imani kuu katika sauti ya Mungu kuliko hofu yake ya Sauli. Imani kuu kuliko hofu ilimshawishi Anania kuchukua hatua. Uaminifu wa Baba yake wa Mbinguni, ulishinda hofu yake ya Sauli*xlvi*

Imani iliinuka ilipokabiliwa na hofu na kuamsha ujasiri, lakini wengine waliamini nadharia ya njama. Walifikiri uongofu wa Sauli haukuwa lolote ila ujanja ambao alitarajia kutumia kujipenyeza katika kikundi chao. Waumini wa Dameski walisalia kuwa macho. Hata hivyo, walikubali kwamba uhasama kati ya Dini ya Kiyahudi na wafuasi wa Kristo haukumpa Sauli nafasi ya kutoegemea upande wowote. Uongofu bandia ungedumu kwa muda mfupi tu. Sauli, tangu tendo lake la kwanza kama muumini, alithibitisha mara kwa mara kwamba kweli alikuwa amebadilika.

Uaminifu Hupatikana kwa Kustahili

Sauli alikuwa mtu mpya. Msamaha wa Mungu ulitolewa mara moja, kikamilifu, na ulikuwa ni zawadi ya neema. Na watu je? Je, wangeweza kuwa na neema ya kumsamehe? Kwa upande wao, walihitaji kujiweka katika hali ya hatari na kuwa na imani. Maneno mazuri ya Sauli, nia zake njema na ahadi kubwa hazikuwa na thamani isipokuwa ziambatane na mtindo wa maisha ulio thabiti. Alihitaji zaidi ya maneno kukuza uhusiano mzuri. Uthibitisho wa kubadilika kwake ulimhitaji aweke amana za kila siku za uaminifu. Matendo thabiti ya kutegemewa yakawa amana. Polepole, baada ya amana kuweka nyingi, Sauli akawa na salio zuri katika akaunti yake.

Uaminifu Utajaribiwa

Ilimchukua Sauli muda mrefu kuthibitisha uaminifu wake. Baada ya wiki chache za mabadiliko yake, jaribio kali lilitokea. Kundi la washirika wake wa awali waliungana ili kumtishia. Msimamo wake mpya uliwakasirisha na kuwashangaza wenzake wa awali. Waliamini kwamba Sauli alikuwa amebadilika. Hakuwa tena mmoja wao. Alikataa kutambua au kuheshimu uhasama wao. Hivyo, wakafanya njama ya kumkamata Sauli na kumuua.

Jamii ya waumini ilitambua hatari iliyomkabili Sauli na kwa uangalifu ilimpa msaada. Waliona mwenendo wake, walisikia hotuba zake za hadhara. Kujitolea kwake bila kuyumbayumba chini ya shinikizo kulitoa uthibitisho wa kweli kwamba alikuwa mwaminifu. Wakati huo, uwekezaji wake mwingi katika akaunti yake ya uaminifu ulimpa faida.

Kadiri muda ulivyoendelea kupita uwekezaji wa Sauli katika uaminifu ulimpa faida kubwa. Kikundi kidogo cha waumini kilimwamini Sauli na kumzunguka kama ua ya ulinzi. Walijiweka hatarini ili kumlinda. Kwa sababu ya juhudi zao za ujasiri, Sauli aliepuka mtego wa hila wa maadui wake.*47*

Sauli alipofika Yerusalemu, watu wengi walitilia shaka ikiwa alikuwa mwaminifu. Hata barua ya rufaa iliyoandikwa na waumini wa Dameski ilishindwa kuondoa hofu yao. Hata hivyo, mtu mmoja aliyeitwa Barnaba alimkaribisha Sauli. Barnaba alianza kujenga daraja la uaminifu kwa ajili ya Sauli. Alimuunga mkono Sauli na aliandamana naye alipoenda mbele ya viongozi wa Yerusalemu. Barnaba alitoa ushahidi wa tabia bora ya Sauli, akithibitisha uaminifu wake. Uthibitisho huo, pamoja na barua kutoka Antiokia, viliwezesha uamuzi mzuri kutolewa juu ya Sauli.*48*

Watu wanapodhamiria kujenga upya uaminifu, ni jambo la kawaida kwamba jaribu muhimu sana la tabia na azma litatokea. Kama Sauli, unaweza kutarajia jaribu kali la tabia litakuja. Itikio lako chini ya shinikizo kubwa la jaribu hilo litatoa kipimo sahihi cha uadilifu wako. Labda jaribu gumu zaidi la uadilifu lililotukabili mimi na mke wangu lilitokea wakati kikundi cha watu tuliowapenda walivunja makubaliano, wakashindwa kutimiza ahadi na wakatutendea bila ukarimu. Jaribu kubwa lilikuwa kukubali kunaswa na mtego wa kuwa na machungu. Kwa nini

tusilipize kisasi na tutafute kuwadhuru kwa kiwango sawa na jinsi tulivyohisi wametudhuru? Ilitubidi tufanye uamuzi. Je, tutabadilisha mwenendo wetu, tabia zetu, kujitolea kwetu au mawasiliano yetu kwa sababu ya ahadi zao walizovunja? Je, tutatoa kila kitu kutoka kwenye akaunti yetu ya uaminifu kwa kufanya maamuzi yasiyofaa au kuwa na mienendo isiyofaa? Tulivutiwa na kuwalipizia kisasi kisha kuwalaumu kwa itikio lao la kutulipizia kisasi. Kulipiza kisasi kulionekana kuwa jambo la kuvutia sana. Kwa nini tusitoe kijisababu cha itikio letu kwa kusema, "Tulifanya hivyo kwa sababu tu ya kile walichofanya?" Lakini hatua tulizojaribiwa kuchukua zilijisalimisha kwa mabaya tuliyopinga. Tulikataa kuruhusu tabia zao zidhibiti mwenendo au mtazamo wetu.

Hisia kali zilizokuwa zinatokota katika hali hiyo ya mahusiano yaliyovunjika zilitishia kuharibu tabia zetu bora. Tulimwomba Mungu tena na tena atusaidie kulinda uadilifu wetu. Haikuwa rahisi. Kulipiza kisasi kulionekana kuwa jambo la kuvutia. Ikiwa mioyo yetu ingekuwa na machungu, vinywa vyetu vitatusaliti. Kuvunjika kulitusukuma kulipiza kisasi. Hisia zilizokuwa zinatokota ndani ya nafsi zetu zilitishia kulipuka. Wakati mwingine tulitilia shaka ikiwa kulikuwa na haja ya kutia juhudi katika kulinda uadilifu wetu. Lakini tulifanya kile tulichoamini kuwa ni sahihi. Tulichagua njia sahihi na tukatekeleza ushauri wa marafiki tuliowaamini. Sasa, miaka mingi baadaye, tunakumbuka tukio hilo bila majuto. Hatukuhatarisha miaka mingi ya uwekezaji katika uaminifu kwa kuchukua hatua za haraka zisizo za busara. Uadilifu ulituwezesha kustahimili hali ngumu. Tungeanguka mtihani huo. Tungeanguka, tungepoteza haki yetu ya kuongoza vuguvugu la uadilifu au kuandika sura zozote za mwongozo huu wa cli.

Uaminifu Unaweza Kuhamishwa

Kama vile unavyoweza kuhamisha pesa kwenye akaunti ya mtu mwingine, pia unaweza kuhamisha uaminifu. Mtu anayeitwa Barnaba alichukua hatua ili kuwekeza sifa yake katika Sauli. Nakumbuka mara ya kwanza nilipokutana na kiongozi mkuu wa misheni moja ya Armenia. Rafiki yangu anayeitwa Mark alinitambulisha kwa kiongozi huyo. Alisimama

kando yangu alipokuwa akinitambulisha kwa mkurugenzi wa kitaifa wa misheni hiyo. Nilidhani Mark atasema, "Ningependa umfahamu rafiki yangu ..." lakini alifanya zaidi ya hilo. Mark alimweleza kuhusu familia yangu, kazi yangu, kuhusu uhusiano wake na mimi na akamalizia kwa kusimulia jinsi kitu nilichofanya kiligusa maisha yake. Nilishangaa sana. Hiyo ndio njia ya kumtambulisha mtu nchini Armenia? Baada ya Mark kunipendekeza kwa ukarimu, mkurugenzi huyo Mwarmenia alijibu, "Ikiwa wewe ni rafiki ya Mark, wewe ni rafiki yangu. Imani niliyo nayo katika Mark, naiweka kwako!" Papo hapo, nilithamini zawadi ambayo Mark alinipa. Mark aliweka katika akaunti yangu imani aliyostahili kupewa na mtu mwingine. Kitendo hicho kilinigusa sana, na nilitaka kufanya yote niwezayo ili kuthibitisha kwamba nilistahili kuungwa mkono na Mark.

Unaweza kuhamisha sarafu kutoka kwenye akaunti yako ya uaminifu hadi kwenye akaunti ya mtu mwingine. Barnaba alihamisha sarafu kutoka kwenye akaunti yake ya uaminifu hadi kwenye akaunti ya Sauli. Mzee aliwekeza katika kizazi kijacho, mwenye nguvu aliwekeza katika yule aliye dhaifu, mwalimu aliwekeza katika mwanafunzi. Mtu aliye na tabia bora iliyothibitishwa alimuunga mkono mtu ambaye uadilifu wake haukujulikana. Watu waaminifu wanaweza kuwainua wengine na kuwatengenezea fursa za kutimiza uwezo wao.

Barnaba alifanya uhamisho huo akielewa hatari na faida inayoweza kupatikana katika kumpendekeza Sauli. Alijiweka katika hatari ya kupoteza sifa yake ikiwa Sauli angeshindwa kuwajibika. Hata hivyo, kulikuwa na uwezekano kwamba uaminifu wa Sauli ungemwongezea Barnaba sifa nzuri. Mara nyingi, kizazi kijacho hukosa kupendekezwa. Ikiwa viongozi wazee watachagua kuwekeza katika vijana, matokeo yake yataonekana. Kiongozi kijana Sauli na kiongozi aliyekomaa Barnaba wote walifaidika.

Muda mfupi baada ya Sauli kupendekezwa na Barnaba, waumini walifichua njama ya pili ya kumuua Sauli. Ili kumlinda, walimpeleka Tarso. Miaka minne baadaye, Barnaba alisafiri hadi Tarso ili kumsajili Sauli afanye kazi pamoja naye. Wawili hao waliungana pamoja kuongoza harakati mpya huko Antiokia. Na harakati hiyo ilipanuka kwa kasi. Barnaba na Sauli walikuwa bora zaidi wakiwa pamoja. Kila mmoja alimchochea mwenzake kutimiza uwezo wake kamili. Barnaba alitambua nini katika Sauli kilichomhamasisha kufanya safari ndefu kiasi hicho? Barnaba aliona kuwa Sauli ni mtu mwaminifu.*49*

Kuna sifa tano kuu za mtu mwaminifu.

Sifa Tano za Msingi

1. Kujitolea

John Maxwell anafundisha kwamba kujitolea ni muhimu katika ushawishi.*50*

> "Hadi nitakapojitolea, kuna kusita, uwezekano wa kurudi nyuma. Lakini punde ninapojitolea, Mungu anaanza kazi yake, na mkondo mzima wa matukio unaanza kutiririka. Kila aina ya matukio ambayo hayakutarajiwa, mikutano, watu na msaada wa mali ambao sikuwahi kufikiria kwamba ungenijia, unaanza kutiririka kwangu punde ninapojitolea."*51*

Kujitolea kunaleta matokeo kuliko maneno. Kujitolea hakuruhusu utepetevu na husababisha ushindi wa kila siku wa maono dhidi shaka na imani dhidi hofu. Viongozi waliojitolea huhamasisha matarajio, tumaini la haraka, na hujenga uaminifu.

Simulizi la Sauli linaonyesha jinsi kujitolea kunajenga uaminifu. Baada ya kukaa Yerusalemu, Sauli alikaa Arabia kwa miaka mitatu. Hakuwa anatoroka majukumu yake. Kujitolea kwake kwa awali kulimfundisha umuhimu wa kujitolea kwake kwa sasa. Kuongoza katika mazingira mapya kulimhitaji ajitolee kikamilifu kama alivyojitolea katika uongozi wake wa awali. Viongozi wanatambua kwamba kanuni nyingi za uongozi walizojifunza zinaweza kuhamishwa. Sauli alikuwa amefunzwa na walimu mashuhuri, alifanya kazi kwa bidii ili kupata sifa ya kuwa Mfarisayo wa Mafarisayo, na akapata cheo cha hadhi ya juu cha mwanachama wa Sanhedrini. Lakini hakutegemea mafanikio yake ya awali, lazima ajitolee katika wito wake mpya.

Kujitolea ni sifa inayodhihirika katika maisha ya viongozi bora. Martin Luther King Junior alihitimisha kwamba watu wote wanapaswa kuishi kama watu walio sawa. Alitangaza ndoto yake licha ya kushambuliwa kimwili na familia yake kutishiwa mara kwa mara. Nelson Mandela alionyesha uimara wake usioyumba wakati mambo yalikuwa magumu. Kujitolea kwake kikamilifu kulimpa uwezo wa kuwaunganisha watu na kuwahamasisha kuunga mkono kusudi husika. Baada ya miaka mitatu huko Arabia, shauku ya Sauli ilikuwa kali zaidi kuliko hapo awali. Sauli alisalia imara katika kujitolea kwake, licha ya vitisho na dhiki. Uaminifu na uadilifu ni dhana zilizo tupu hadi zinapoungwa mkono na kujitolea kwa njia thabiti.

2. Tabia Bora

Kila uamuzi huleta matokeo. Maamuzi ya Sauli yalionyesha kuwa tabia zake zilikuwa zimebadilika. Matukio yaliyosababisha mlipuko wa kuogofya wa chombo cha kusafiria angani mnamo 1986, yanaonyesha umuhimu wa kila mtu kuwa mwaminifu.

Kwa nini chombo cha kusafiria angani cha Challenger kililipuka? Wachunguzi walibaini kwamba sababu ilikuwa hitilafu kwenye kiunganishi kinachoitwa O-ring. Hiyo iliwezekanaje? Lakini mbali na maelezo ya kiufundi ya kile kilichosababisha maafa hayo, kulikuwa na chanzo halisi, dosari katika tabia. Wakiwa chini ya shinikizo kubwa la kuruka angani kwa wakati ulioratibiwa, watengenezaji wa kiunganishi cha O-ring waliamua kuzembea katika kufanya majaribio ya mwisho. Kampuni ya Morton-Thiokol (MT) ilikosa kufanya majaribio ya utendakazi wa viunganishi vya O-ring katika mazingira yenye baridi kali sana. Badala ya kufanya majaribio na kukubali kukosolewa kwa sababu ya kuchelewa, walisonga mbele, wakihatarisha usalama. Uamuzi wao ulisababisha maafa. Tabia isiyofaa ya waamuzi wakuu wa kampuni ya MT iliruhusu kuwekwa kwa kiunganishi cha O-ring ambacho hakikuwa kimefanyiwa majaribio. Kitendo kimoja cha utepetevu kilisababisha kuwekwa kwa kiunganishi cha O-ring kilichokuwa na hitilafu na jambo hilo likasababisha wanaanga kupoteza maisha yao.*52*

Ni lazima tujitahidi kukuza mtindo wa maisha yenye uadilifu katika kila jambo. Ni tabia gani zinahitaji kuimarishwa? Ikiwa unafahamu mahali ambapo una mapungufu katika tabia na usifanye lolote kujirekebisha, unajiweka katika hatari ya kupatwa na madhara makubwa. Je, unaweza kumudu madhara ya kupuuza mapungufu katika tabia? Unahitaji kutia juhudi kwa dhati ili kuboresha tabia zako.

3. Mwenendo

Watu waaminifu hufanya maamuzi yao kwa busara. Baharia anayesoma anga anajua wakati dhoruba inakuja na hatajitosa baharini bali atasubiri bandarini hadi dhoruba ipite. Vivyo hivyo, watu waaminifu hutumia hekima na ni wenye subira. Wanachukua hatua zinazofaa katika kuishi maisha yao na huepuka matatizo. Wanatumia ushawishi wao kuwalinda na kuwanufaisha wote. Uaminifu unamaanisha kuwa unaweza kumtegemea mtu kufanya kile
alichoahidi na anaonyesha uthabiti katika mawazo, maneno na vitendo. Uadilifu huwaongoza watu kujiendesha wakizingatia:

> *Ukweli:* Hawamiliki tu ukweli: ukweli unawamiliki.
> *Kuwa wakweli:* Hawasemi kile unachotaka kusikia; wanasema ukweli.
> *Kutegemeka:* Wanatimiza ahadi zao na kutoa matokeo.
> *Uaminifu:* Wanabaki waaminifu, iwe upo
> au haupo.
> *Ushirikiano:* Wanashirikiana na wenzao, wanazingatia wengine na wanachangia.
> *Unyenyekevu:* Hawana mtazamo wa kujiona kuwa wao ni bora kuliko wengine.
> *Uwajibikaji:* Wanakubali kuwajibika kwa ajili ya matendo yao.
> *Kuwa na shukrani:* Wana roho yenye shukrani, mtazamo mzuri
> na ukarimu.
> *Haki:* Wana hamu ya kutekeleza kile kilicho bora na huweka juhudi kurekebisha kile kisicho sahihi. *Kuwasiliana kwa uwazi:* Wanaonyesha uaminifu na huweka mbele uhalisi.*53*

Sidhani Sauli alikuwa na orodha kama hii kwenye meza yake; hata hivyo, alizingatia tabia hizo zote kumi maishani mwake.

Ninapendekeza utengeneze kadi ya kujikumbusha sifa hizi. Bandika kadi hiyo mahali ambapo utaweza kuiona kama ukumbusho. Sifa hizi kumi zitaongoza mwenendo wako na kukuza tabia yako. Tunapokuza tabia zetu, uadilifu huongezeka.

4. Huruma

Wale wanaowajali wengine wana uwezekano mkubwa wa kuaminiwa. Watu waaminifu huwajali wengine, hawajijali wao pekee. Wanaishi kwa msingi wa amri kuu inayosema, "Kama mnavyotaka watu wawatendee ninyi, watendeeni vivyo hivyo."*54* "Mojawapo ya njia bora za kuonyesha kuwa unajali ni kusikiliza kwa makini huku ukimtazama machoni yule anayezungumza. Hiyo husaidia kukuza mahusiano ya kweli. Kusikiliza kwa njia mbaya ni ujeuri, huleta madhara katika mahusiano, na husababisha akaunti yako ya uaminifu ipoteze amana. Ishara zetu za kimwili huimarisha uwepo wetu katika mazungumzo. Jitolee kwa tukio moja la mazungumzo kwa wakati mmoja. Sikiliza kwa masikio, akili, macho na mwili wako.

Huruma hujidhihirisha kupitia ukarimu na shukrani. Watu waaminifu wana tabia ya kuwa watoaji wenye shukrani, si wanyakuzi wanaoshuku nia za watu. Ikiwa unatumia mahusiano kwa manufaa ya kibinafsi, wewe ni mnyakuzi. Watoaji huwekeza katika wengine. Watu wenye huruma wanakubali kwamba kadiri unavyozidi kutoa, ndivyo unavyozidi kupokea. Watu wengi humwamini mtoaji. Njia moja ya kuendeleza kuaminiwa kwako ni kuwa mkarimu bila kutarajia kupokea chochote. Watu huvutiwa na tabia ya kuwa na shukrani lakini hutaka kukaa mbali na tabia ya kutokuwa na shukrani. Tabia ya Sauli ya ukarimu na kuwa na shukrani ni maarufu sana. Alifundisha na akawa kielelezo cha sifa hizo. Mwenendo wake ulidhihirisha sifa hizo. Kwa sababu hiyo, watu aliowahudumia walihisi kupendwa. Alijali masilahi yao kwa moyo wake wote.

Sauli alikataa kutumia nafasi yake kwa manufaa yake binafsi. Hakuwa mkarimu tu bali aliwahimiza wengine wawe hivyo. Motisha yake haikutokana tu na kuchangisha pesa. Alitaka kukuza watu wakarimu*55*

5. Mawasiliano

Wewe ndiwe ujumbe. Unashawishi zaidi kupitia matendo yako kuliko maneno yako. Mawasiliano ni mshipa unaoleta uhai ambao kupitia kwayo uaminifu hutiririka. Sauli alikuwa kielelezo cha mawasiliano yenye ujasiri. Katika utamaduni unaoruhusu mawasiliano ya moja kwa moja, alishughulikia masuala kwa heshima na hadhi. Wakati utamaduni usioruhusu mawasiliano ya moja kwa moja, Sauli alikuza uwezo wa kuaminika kwa

kukataa kunyamaza kuhusu masuala muhimu. Alizungumza bila kutumia lugha chafu kwa njia ambayo haikuvumilia upotovu wa maadili. Aliandika nyaraka akisema ukweli kutoka moyoni mwake. Alishughulikia masuala ambayo watu walihitaji kuyazungumzia. Maneno na mtindo wake wa maisha viliwalisha ujumbe wenye umoja. Ikiwa matendo yetu na maneno tunayosema hayaambatani, tofauti hiyo huleta matatizo katika uhusiano na huharibu uaminifu. Maneno ya kupotosha yanaonyesha kwamba mzungumzaji hawezi kuaminiwa. Usikose kuwapa watu habari muhimu. Thamini michango na maoni ya watu wengine. Mawasiliano bora huboresha ushirikiano, huongeza ushirikiano, huhamasisha uvumbuzi, huathiri utekelezaji na huhakikisha ukuaji.s

Nini Huharibu Uaminifu?

1. Udanganyifu

Ingawa mambo mengi huchangia katika kusambaratika kwa uaminifu, haya hapa ni mambo makuu yanayochangia sana hali hiyo. Jambo la kwanza ni udanganyifu. Udanganyifu ni zaidi ya habari za uwongo; inamaanisha upotoshaji wa makusudi. Uaminifu siku zote hujitenga na ulaghai. Mambo hayo mawili hayawezi kushirikiana kwa sababu yataangamizana. Amri ovu iliyotolewa kwa makamanda wa kambi za mauaji za Nazi ilikuwa: "Wale wanaoenda kuuawa ni sharti wadanganywe mpaka mwisho."56 Linganisha hilo na ushauri wa Sauli, "Lakini tumekataa mambo ya aibu yaliyositirika, wala hatuenendi kwa hila, wala kulichanganya neno la Mungu na uongo; bali kwa kuidhihirisha iliyo kweli twajionesha kuwa na haki, dhamiri za watu zikitushuhudia mbele za Mungu...*57*

2. Ukosoaji

Ukosoaji ndio jambo kuu la pili linalochangia kusambaratika kwa uaminifu. Ukosoaji unaweza kuwa wenye kujali na wenye kuleta uhai au usiojali na unaoua. Ukosoaji wenye kujali unaorekebisha ni zawadi ya ukarimu. Ukosaoji wa aina hiyo hulinda. Watu wengi hawapendi kuonyeshwa udhaifu au kushindwa kwao. Lakini tutashughulikiaje mapungufu yetu na kuyashinda tusipoyatambua? Nimejifunza kuthamini ukosoaji wenye manufaa. Kinachofanya ukosoaji usiwe mzuri si kile kinachosemwa bali jinsi kinavyosemwa.

Ukosoaji unaweza kuwa wa kikatili, usio na msingi, wenye shaka na unaokusudiwa kuwadharau wengine. Ukosoaji wenye kuhukumu huangamiza. Maneno yanaweza kuangamiza. Mazungumzo machafu huvunja roho. Sauli alizungumza kutokana na hali aliyopitia yeye binafsi alipotoa ushauri huu: "Neno lolote lililo ovu lisitoke vinywani mwenu, bali lililo jema la kumfaa mwenye kuhitaji, ili liwape neema wanaosikia."*58*

3. Kujitetea

Jambo la tatu linalohujumu uaminifu ni kujitetea. Vijisababu haviwezi kamwe kujenga msingi wa uaminifu. Kujitetea ni kama ardhi yenye majimaji iliyo chini ya mnara maarufu wa Pisa nchini Italia. Neno 'pisa' kwa Kiitaliano linamaanisha kitu kinachofanana na ardhi yenye majimaji. Mnara maarufu wa Pisa unaegemea kwa sababu hauna msingi imara. Kujitetea huwa kama udongo wenye majimaji tatizo linapoibuka. Tukikataa kuwajibika au tuelekeze lawama kwa wengine, tunafanya iwe vigumu kutatua tatizo hilo. Kujitetea hutuzuia kushiriki katika kupata suluhu. Kujitetea, kukasirika au kuitikia maoni kwa kutoa vitisho huwazuia watu kushiriki. Ni bora kukabiliana na hali halisi, kubali kuna tatizo na ukubali kuwajibikia makosa yako. Badala ya kutetea matendo yako, tafuta njia za kubadilisha kile ambacho hakina ufanisi.

Sababu moja kwa nini ujumbe wa Sauli una mamlaka ni kwa

sababu alikataa kujiona kama mwathiriwa. Badala ya kujibu kwa kujitetea, alichagua kutafuta suluhu. Katika waraka mmoja alioandikia marafiki zake, aliorodhesha baadhi ya matatizo aliyovumilia ili kupeleka habari njema katika eneo la Asia-ndogo. Changamoto zote hizo kali hazikumzuia kufikia lengo lake. Na matatizo aliyosababisha je? Sauli aliwajibikia makosa yake na alishughulikia matokeo ya matendo yake.59 Tatizo lilipoibuka kwa sababu ya matendo ya kiongozi mwingine alizungumza na mwenzake kwa upendo kuhusu suala hilo.*60*

4. Madharau

Jambo la nne linalochangia katika kuharibu uaminifu ni madharau. Mtazamo huu huhakikisha kuharibika kwa uaminifu. Madharau inamaanisha kuwatendea wengine kana kwamba wewe ni bora zaidi. Ikiwa unajiona kuwa umehitimu zaidi, mwenye akili zaidi, mwenye mamlaka zaidi, mwenye ujuzi zaidi, tajiri au muhimu zaidi, uwe tayari kwa matatizo. Epuka kuzungumza kwa madharau. Madharau huenea kama ugonjwa wa kuambukiza unaoharibu mahusiano na ushirikiano.

Baadhi ya watu ambao Sauli aliwaleta katika Ukristo hawakumheshimu, lakini upendo wake kwao haukubadilika. Hakuwaonyesha madharau. Badala yake, alijitambulisha nao, akisema: “katika taabu na masumbufu; katika kukesha mara nyingi; katika njaa na kiu; katika kufunga mara nyingi; katika baridi na kuwa uchi. Mbali na mambo ya nje, yapo yanijiayo kila siku, ndiyo maangalizi ya makanisa yote. Ni nani aliye dhaifu, nisiwe dhaifu nami? Ni nani aliyekwazwa nami[6] nisichukiwe?”*61* Kwa kuwaheshimu wale walio dhaifu, alipata kuaminiwa na wote.

5. Kutokuwa Thabiti

Jambo la tano linaloharibu uaminifu ni kutokuwa thabiti. Kutoaminiwa kunakosababishwa na kupotoka hakutokei mara moja. Kunatokea kwa awamu. Shaka ndio awamu ya kwanza ya kutoaminiwa. Shaka hiyo isipotatuliwa, inageuka na kuwa tuhuma. Tuhuma isiyotatuliwa itasababisha wasiwasi. Hisia za wasiwasi na kuhofia kuwa jambo baya litatokea hatimaye husababisha hofu. Hofu hukomaa na kuleta hali ya kujilinda. Hatimaye, unainua kuta katika uhusiano ili kulinda maslahi yako na kuzuia ukosefu wa uthabiti wa mtu mwingine usisababishe mafadhaiko au madhara.*62*

Sauli alisafiri na kikundi cha watu. Wengi walionyesha kutegemeka, lakini wachache walishindwa kujiendesha kwa kuwajibika. Ili matendo yao yasiweke timu hatarini, Sauli aliwaendea wenye hatia na kuwawajibisha. Wale waliokataa ushauri wake hatimaye aliwaondoa kutoka kwenye timu.*63*

Je, Uaminifu Unaweza Kurejeshwa?

Unapofungua chupa mpya ya dawa, kuna kifuniko cha kinga kwenye mdomo wa chupa. Kifuniko hicho kinamhakikishia mtumiaji kwamba hakuna mtu amegusa kile kilicho ndani ya chupa hiyo. Je, unajua simulizi linalohusiana na kifuniko hicho cha kinga? Mnamo 1982 katika majira ya kupuputika kwa majani, watu saba walikufa katika jiji la Chicago baada ya kumeza kapsuli za kutuliza maumivu za Tylenol zenye nguvu ya ziada ambazo zilikuwa zimetiwa sumu ya sianidi. Wachunguzi walipohusisha vifo hivyo na dawa ya Tylenol, maafisa wakuu wa Johnson na Johnson walikabiliwa na uamuzi mgumu sana: kukataa kuwajibika na kudai kwamba sumu hiyo ilitiwa baada ya dawa hizo kufika kwenye rafu za maduka au kuwajibika kwa ajili ya maafa yote yaliyotokea.

Walichagua kuwajibika na kutafuta suluhu la kudumu ingawa uamuzi huo ulihitaji hatua kali ili kurejesha imani katika bidhaa hiyo. Waliwafahamisha wateja kote katika Amerika ya Kaskazini

kutotumia bidhaa ya Tylenol hadi watakapobaini kiwango cha uharibifu huo. Walisitisha kabisa matangazo na utengenezaji wa bidhaa hiyo. Waliondoa kapsuli zote za Tylenol kutoka sokoni—takriban chupa milioni 31 zenye thamani ya rejareja ya zaidi ya dola milioni 100. Hatua hizo za ujasiri, pamoja na hatua zingine, zilisaidia kurejesha imani ya umma katika bidhaa hiyo. Ukweli kwamba viongozi wa kampuni hiyo walithamini uaminifu zaidi kuliko mafanikio yao wenyewe ulithibitishwa kuwa uamuzi mzuri. Uadilifu ulichangia pakubwa katika urejesho wa Johnson and Johnson kutoka kwenye tatizo hilo.

Walidumisha sifa yao bora, na bidhaa ya Tylenol ilipata urejesho na ikawa bidhaa yenye faida zaidi nchini Marekani.[64]

Mara kwa mara baba yangu aliniambia, "Mwanangu, ikiwa unataka kudumisha imani yangu kwako, unahitaji kukubali ulichofanya, uombe msamaha, na ubadilishe tabia zako." Mambo hayo matatu, kukubali, kuomba msamaha na kubadilisha tabia yamenisaidia tena na tena. Kuaminika kunastahili kupatikana kwa gharama yoyote. Simulizi la Sauli wa Tarso, ambaye baadaye alijulikana kama mtume Paulo, linaonyesha kwamba watu wasioaminika wanaweza kujenga uwezo wa kuaminika. Uhusiano mzuri unategemea hilo.

Kumbuka, gharama ya kuwa mdanganyifu ni kubwa kiasi kwamba haiwezi kukadiriwa, ilhali faida za kuwa mwaminifu hazihesabiki. Anza kuweka amana katika akaunti yako ya uaminifu leo. Anza mahali ulipo na watu unaowafahamu. Anza kujenga uaminifu katika kila nyanja ya maisha, si tu katika mambo muhimu. "Aliye mwaminifu katika lililo dogo sana, huwa mwaminifu katika lililo kubwa pia; na asiyeaminika katika lililo dogo, huwa haaminiki pia katika lililo kubwa."[65]

Nguzo ya Hadhi

Hadhi isipozingatiwa, watu hudanganyana, hudhulumiana na huangamizana.
Hadhi inapozingatiwa, watu huthaminiana, husaidiana na hulindana.

Uadilifu hutoa msingi wa kuishi kwa hadhi inayofaa.

Nelson Mandela alisema,
"Viongozi wa magereza hufanya njama ya kumpokonya kila mtu hadhi yake. Jambo hilo hilo ndilo lililohakikishia kwamba nitaendelea kuishi, kwa kuwa mtu yeyote au taasisi yoyote itakayojaribu kunipokonya hadhi yangu haitafaulu, kwa sababu sitakubali kuipoteza kwa gharama yoyote au kwa shinikizo lolote."66

Baada ya kutengwa peke yake kwa miaka mingi katika seli ndogo, Nelson Mandela aliibuka akiwa na maono makubwa kama uumbaji wote. Kupitia maisha yake yasiyo ya kawaida, alionyesha kwamba udhalimu na ubaguzi havikuweza kushinda. Alionyesha kwamba licha ya unene wa kuta za gereza, ulimwengu uliweza kusikia sauti yake. Bila shaka, tunamkumbuka kama balozi wa hadhi ya binadamu.

Katika hotuba yake yenye kichwa "Balozi Mkuu Zaidi wa Hadhi ya Binadamu Katika Enzi Yetu", Katibu Mkuu wa Umoja wa Mataifa Ban Ki-moon alisema, "Nelson Mandela alikuwa mwanadamu mwenye dosari na udhaifu kama sisi sote. Hata hivyo, kutoka kwenye ubinadamu wake kulitoka unyenyekevu;

kutoka kwenye unyenyekevu kulitoka nguvu; kutoka kwenye nguvu kulitoka mabadiliko; kutoka kwenye wema mkubwa kulitoka ukuu mkubwa." Hadhi ya binadamu si haki ya binadamu tu; ni muhimu katika maisha ya mwanadamu."*67*

Katika sura hii, nataka kuchunguza maisha ya mwanamke anayeitwa Ruthu Kilioni. Simulizi lake linawavutia wanawake wa umri, makabila na hadhi zote. Wanawake hujitambulisha naye na hujipa moyo kutokana na mfano wake. Lakini simulizi lake pia linawavutia wanaume na kuwatia moyo. Kwa nini? Kwa sababu katika enzi na utamaduni ambapo kuwa mwanamke wa kabila lingine kuliondoa tumaini la kutendewa haki, alipata umaarufu. Anathibitisha kuwa kuishi maisha yanayozingatia hadhi hubadilisha mazingira na hali yako.

Ruthu alianza na nafasi ndogo ya kufanikiwa. Alizaliwa mwanamke huko Moabu, taifa la kale la mashariki ya kati. Kuwa mwanamke katika utamaduni huo kulipunguza hadhi yake. Kuwa Mmoabu kulichangia katika

ubaguzi aliokuwa akiendelea kuvumilia. Alipofikia umri wa kuolewa, wazazi wake walimpangia ndoa na mtu wa kabila lingine. Licha ya pingamizi la kitamaduni dhidi ya kufunga ndoa na mtu wa kabila lingine, wazazi wake walimkabidhi kwa familia ya Waebrania. Zaidi ya hayo, ilimbidi aache desturi zake za Kimoabu na kuanzia siku ya arusi yake, akubali familia ya mume wake na kufuata njia zao. Alikuwa mwanamke kutoka Moabu aliyefunga ndoa na mtu wa kabila lingine na akatumwa kuishi kama mke wa Kiyahudi katika kijiji cha Kiebrania.

Ruthu angeendelea kukabiliwa na changamoto nyingi za kushusha hadhi yake. Baada ya muda usiozidi miaka kumi ya ndoa, mume wake akawa mgonjwa. Ingawa alifanya yote awezayo ili kumtunza, alikufa. Si hayo tu. Alimwacha bila mtoto, ambayo katika tamaduni za kale ilishusha hadhi ya mwanamke yeyote kwa kiwango kikubwa. Hata akiwa mjane, alidhihakiwa hadharani kwa sababu ya kuwa "tasa." Jamii kwa ujumla ilimtambulisha mwanamke na mume wake, ikichukuliwa kwamba utajiri wa mwanamke ulikuja kupitia kwa mume wake au familia yake na kwamba usalama wa mwanamke ulihakikishwa mradi mume wake yuko hai. Mume wake akifa, na kumwacha bila mtoto, anaweza kutarajia kuondolewa kutoka nyumba yake na hata kutengwa na familia ya mume.

Tabia ya Ruthu ilionyesha hadhi isiyo ya kawaida. Alimtunza mumewe hadi akafa, kisha akamfariji mama mkwe wake. Badala ya kumwacha mama mkwe wake mzee baada ya kipindi cha maombolezo kukamilika, Ruthu alichukua jukumu la kumsaidia Naomi. Lakini aliweza tu kupata kazi katika mashamba kama mfanyakazi wa muda mfupi. Siku moja mama mkwe wake alisikia kwamba uchumi katika nchi yake ulikuwa umeimarika tena. Kwa hivyo, aliamua kurudi nyumbani. Kwa kuwa mama mkwe wake alikuwa raia wa nchi hiyo, iliwezekana Ruthu kupata viza chini ya masharti yaliyotumika kwa ajili ya mwanafamilia ambaye ni mkimbizi. Hata hivyo, watu walioishi katika mji mdogo wa Naomi hawakumkaribisha vizuri. Ubaguzi na ukosefu wa ukarimu vilimngoja. Jamii ilichukulia kwamba kama mjane tasa mkimbizi, atakuwa mzigo wa ziada. Kuhamia nchi nyingine hakukuboresha masaibu yake.

Kama wakimbizi wengi wanaohamia nchi nyingine, Ruthu aliishi katika umaskini. Aliomba kazi, lakini kazi yoyote iliyopatikana ilikuwa hailingani kabisa na mafunzo yake au hadhi yake ya awali. Kuchukizwa na kushindwa kulimtia katika jaribu la kukata tamaa, lakini alikataa kukata tamaa. Badala yake, alifanya kazi duni na chochote alichoweza kufanya. Alifanya kazi kwa ustadi na bidii, mara nyingi akionyesha kujituma kuliko wenyeji wa eneo hilo. Ingawa watu hawakumuelewa, alijua yeye ni nani na kiwango cha uwezo wake. Baada ya muda, jamii iliona bidii yake, mtazamo wake mzuri, na upendo wake kwa mama mkwe wake.

Siku moja Ruthu Kilioni alipata habari kuhusu kifungu fulani katika sheria ya nchi hiyo ambacho kilimpa haki ya kupata manufaa makubwa. Lakini alikosa mtu wa kumwakilisha katika kesi yake. Alihatarisha kidogo alichokuwa nacho kwa kuwasilisha kesi yake mahakamani. Baadhi ya wenyeji hawakuelewa kwa nini aliwasilisha madai yake kirasmi. Kwa Ruthu, suala hilo lilihusu hadhi yake. Ingawa ingechukua muda kwa kuamua kesi yake, alingoja kwa subira. Hatimaye, mahakama ilitoa uamuzi uliomfaa. Kufuatia uamuzi mzuri wa mahakama, mwanamke aliyejiunga na jamii kama mkimbizi aliyefadhiliwa

alipanda hadi nafasi iliyomwezesha kuwa na ushawishi katika jamii. Hilo lilifanyika kwa nini? Lilifanyika kwa sababu Nguzo ya Hadhi ilimpa ujasiri na ikaongoza kila hatua ya safari yake ndefu ya mafanikio.

Hadhi Inamaanisha Nini?

Hadhi inamaanisha nini? “Jibu la kawaida ambalo watu hutoa ni kwamba hadhi inamaanisha heshima. Lakini sivyo, hadhi si sawa na heshima. Hadhi ni thamani yetu ya asili kama wanadamu; kila mtu amezaliwa nayo. Heshima, kwa upande mwingine, hupatikana kupitia matendo ya mtu… Hamu yetu ya pamoja ya hadhi inapita tofauti zetu zote… Gundi

inayoshikilia uhusiano wetu wote pamoja ni kila mmoja wetu kutambua hamu ya mwenzake ya kuonekana, kusikilizwa na kutendewa haki; kutambuliwa, kueleweka na kujihisi salama[6] duniani.”[68]

Mwanafalsafa wa Ujerumani Immanuel Kant mara nyingi huchukuliwa kuwa mtalaam muhimu katika uendelezaji wa dhana za kisasa za taadhima na hadhi. Kwa Kant, hadhi ilimaanisha thamani ya asili ambayo ni sawa kwa kila mtu. Kant aliamini kwamba wanadamu wana nafasi maalum katika uumbaji. Bila shaka si yeye peke yake alikuwa na fikira hiyo. Ni wazo: tangu enzi za kale, wanadamu wamejiona kuwa tofauti na viumbe vingine vyote. Ikiwa thamani ya mwanadamu haina bei, ni dhahiri kwamba watu hawapaswi kutumiwa tu kama njia ya kupata vitu fulani.

Je, sisi sote tumezaliwa tukiwa na thamani? Je, kuna makabila, matabaka, au mataifa ambayo yana thamani zaidi? Ruthu Kilioni alizaliwa mwanamke katika nchi ya Moabu, jambo ambalo lilishusha thamani yake katika enzi hiyo ya kale. Akiwa msichana mdogo, je, aliwahi kusikia, “Una thamani sana na hakuna kitu kinachoweza kuchukua nafasi yako”? Fikiria kama watu wangetendeana kana kwamba kila mtu ni muhimu. Kama tungefanya hivyo, tungelazimika kuamini kuwa sisi sote:

> tunastahili utambulisho wetu ukubalike bila kujali sisi ni akina nani; tunastahili kutambuliwa kwa ajili ya sifa zetu za kipekee;
> tunastahili kuonekana, kusikilizwa na kujibiwa;
> tunastahili kuwa sehemu ya jamii na kuhisi tumejumuishwa;
> tunastahili uhuru na kujisimamia wenyewe; tunastahili kuhisi tuko;
> tunastahili kutendewa haki;
> tunastahili kuombwa msamaha mtu anapotukosea.*70*

Ninaamini tuliumbwa kwa hekima na Msanifu wa ajabu. Kila mtu ana hadhi. Tunafanana kwa njia nyingi, lakini kila mtu ni wa kipekee kwa njia nyingi. Wakati mwingine tofauti zetu hutufanya tuwe na mtazamo mbaya kwa wengine. Utaitikiaje unapomwona mtu ambaye ni wa jamii ya walio wachache? Tofauti zetu ni zaidi ya rangi. Ni changamoto kwa mtu anayependa kujitenga kumwelewa mtu bashasha, tajiri kuelewa ulimwengu wa maskini na warefu kuelewa mtazamo wa wafupi. Je, wanaume wanaelewa ulimwengu wa mwanamke au kinyume cha hilo?

Umewahi kuwaza kuhusu jinsi wewe ni wa kipekee ukilinganishwa na watu wote wengine? Wewe ni wa kipekee, umeumbwa kwa ajili ya kusudi mahususi! Au umewahi kustaajabia kuhusu mchanganyiko wa vipawa vya ajabu vinavyoonekana wazi katika marafiki zako, watoto wako au mwanandoa mwenzako? Wakati mwingine mimi huchekeshwa na ucheshi unaodhihirika katika jinsi Msanifu Hodari alivyotuumba.*71*Kwa nini wewe ni hodari katika mambo fulani kuliko mambo mengine? Kubali hilo na ukuze uwezo wako. Jifunze kudhibiti mapungufu yako. Uongozi ni sanaa ya kujitumia wewe mwenyewe kuleta mabadiliko. Mtu wa kwanza unayepaswa kumwelewa ni wewe mwenyewe. Mtu wa kwanza unayepaswa kumwongoza ni wewe mwenyewe. Kuwa wewe mwenyewe. Watu wanapendelea kumfuata kiongozi ambaye ni halisi kuliko yule ambaye yuko sahihi kila wakati.*72*

Kuna zana za aina nyingi za kisaikolojia zinazopatikana ili kutusaidia kujielewa sisi wenyewe na wengine. Mmoja wa wanachama wa bodi yetu ya cli ya Canada aliwaongoza baadhi ya watu wa timu katika kutumia zana bora sana inayoitwa Kolbe. Nilipoambiwa kuhusu Kolbe na nikajibu maswali husika, nilijiuliza, "Mtihani huu mfupi utatuambia nini? Nilishangazwa na usahihi wa zana hiyo. Maswali hayo ya Kolbe yalitambua kwa usahihi mimi ni nani na mtazamo wangu wa maisha. Na yalikuwa sahihi kwa bodi yetu yote. Taarifa za Kolbe zilituwezesha kuona uwezo na mapungufu halisi ambayo kila mtu alileta kwenye timu yetu. Taarifa hizo zilikuwa na athari mara moja, na zitaendelea kufaidi mahusiano yetu, na kuongeza mafanikio yetu.*73*

Nimejifunza kwamba kila tunapomheshimu mtu, tunaimarisha hadhi yetu wenyewe. Kila tunapoishi kwa kuzingatia hadhi, tunasitisha kuenea kwa upuuzaji, dhuluma au ubaguzi; kila tunapoishi kwa kuzingatia hadhi, uadilifu huimarika kwa sababu nguzo ya hadhi ni msingi wa uadilifu.

Hadhi Huongoza Mtazamo Wangu Juu Yangu Mimi Mwenyewe

Ruthu anatoa mfano wa mtu anayejua tofauti kati ya kiburi, kutojiamini na hadhi.

Kiburi	Kutojiamini	Hadhi
1. Kila kitu ninachofanya ni kizuri ajabu.	KutojiaminiHakuna ninachofanya kilicho kizuri.	Nafanya makosa lakini mimi ni kiumbe wa ajabu.
2. Usikubali makosa yako au mapungufu yako.	Huonea aibu mapungufu; hujaribu kuyaficha.	Hukubali mapungufu yao na hujifunza kutokana nayo.
3. Hujijenga kwa kuwashusha wengine.	Hujikosoa wenyewe; hawawezi kuwasherehekea wengine.	Husheherekea mafanikio yao na ya wengine.

Kiburi	Kutojiamini	Hadhi
4. Hufikiri hawahitaji wengine.	Huogopa kukubali kuwa wanawahitaji wengine.	Hufurahi kwa kuwa wanawahitaji wengine. Hufurahi kwa kuwa wanawahitaji wengine.
5. Huthamini kuwa bora zaidi katika mambo.	Wanahamu kubwa ya kupongezwa na wengine.	Hupata thamani kutokana na kuwa hai na kuwa wao wenyewe.
6. Hukana thamani ya wengine.	Hutishiwa na mafanikio ya wengine.	Hufurahishwa na thamani ya mafanikio ya wengine. 74

Ruthu alielewa kuwa mamilioni ya watu walikuwa wakiishi wakati alipokuwa hai. Huenda asiwe bora zaidi, mwenye nguvu zaidi, mwerevu zaidi au mrembo zaidi lakini atakuwa Ruthu bora zaidi kadiri ya uwezo wake. Aliamini kwamba sababu moja kuu iliyomfanya Mungu amuumbe ni kwa sababu alitaka awe katika ulimwengu wake. Kiburi kinapendekeza kwamba kuwa mtu wa kipekee kunamaanisha kuwa wewe ni bora kuliko wengine. Lakini je, kama kuwa mtu wa kipekee ni sawa na kuishi kwa njia bora kadiri unavyoweza? Kwa nini kila kijito kinafikiri kuwa ni mto? Hadhi hutilia mkazo michango unayoweza kutoa badala ya michango unayostahili kupokea.

Hadhi Huongoza Mtazamo Wetu Juu ya Wengine

Je, tunawatendeaje watu wenye ulemavu, magonjwa ya kihisia, magonjwa ya kufisha au watu walio hatari ya kupatwa na madhara? Je, tunawatenga? Je, tunawanyima zana na huduma wanazohitaji ili kuishi maisha yenye tija? Walemavu ni sehemu kubwa ya idadi ya maskini duniani. Katika nchi zinazostawi, asilimia 90 ya watoto walemavu hawaendi shule na mmoja kati ya watoto watatu wa mitaani ni mlemavu. Watu wazima wenye ulemavu wanakabiliwa na ukosefu wa

ajira zaidi.75Mara nyingi maneno yetu hudhoofisha hadhi yetu ya kibinafsi. Tunamwonyesha mtu heshima kwa kusema kuwa hana akili timamu badala ya kusema kuwa yeye ni kichaa. Tumia maneno yasiyokuwa na utata kama vile, "Mtu huyo ana ugonjwa wa akili" au ana matatizo ya afya ya akili. Badala ya kusema ni mtu ni mlemavu sema hana uwezo fulani.

Itikio letu lazima liwe zaidi ya kuchagua maneno tunayotumia. Kuwa na msukumo wa kuwasaidia wengine. Watendee kama vile ungependa kutendewa. Acha kutenda kana kwamba watu wenye ulemavu si wanadamu au wanapaswa kuhurumiwa. Wao ni zaidi ya vitu vya kupewa msaada wa hisani, matibabu au ulinzi wa kijamii. Hawapaswi kuogopwa. Kuwa rafiki yao. Zungumza nao kwa heshima na uwatendee kwa kuzingatia hadhi wanayostahili kupewa.

Wakati fulani uliopita, waandaaji wa Siku ya Kimataifa ya Watu Wenye Ulemavu walitoa changamoto kwa tasnia ya mitindo ya mavazi kwa vile inatilia mkazo sana hali ya kuwa kamili. Kwenye madirisha ya maonyesho katika maduka ya barabara ya Bahnhofstrasse jijini Zurich, waandaaji hao waliweka sanamu zenye kasoro miongoni mwa sanamu kamili. Sanamu zenye kasoro ziliwakilisha watu wenye ugonjwa ambapo uti wa mgongo unapinda upande mmoja au ugonjwa wa mifupa dhaifu. Sanamu hizo zote zilivalishwa mavazi ya mitindo ya wakati huo. Waandaaji walinasa kupitia kamera itikio la watu waliokuwa wakipita karibu na madirisha hayo ya maonyesho. Wengi walisimama na kushangazwa na kile walichokiona.

Ilionekana kwamba watazamaji waliona uzuri katika kitu ambacho walikuwa wamekipuuza hapo awali. Kadiri watu walivyotazama onyesho hilo kwa muda mrefu, ndivyo kasoro zilivyozidi kupotosha mtazamo wao. Watu mara nyingi hutafuta ukamilifu badala ya kuona uzuri ulio katika kasoro. Taadhima huthibitisha uzuri wa kile ambacho wengine wanaweza kuona kuwa si cha kupendeza kwa sababu hawaoni thamani halisi ya kitu hicho. Taadhima hufurahia uzuri wa wale ambao si wakamilifu.*76*

Ruthu hakumwacha mume wake alipokuwa hana uwezo. Upendo ulimhamasisha kumtunza. Mtu anastahili heshima bila kujali yuko katika hatua gani ya maisha au kile kinachomtendekea wakati wowote ule. Hii ni orodha ya mawazo ambayo yameongoza mwenendo wangu kwa watu wenye ulemavu:

Angalia watu machoni mwao. Usiwaepuke.

Watendee kama watu walio sawa na wewe, si kama watu duni au kwa kuwadharau.

Waulize kama wanahitaji usaidizi kabla ya kuwasaidia. Usiwachukulie kama waathiriwa au kuona hali yao kama janga.

Usidharau uwezo wao. Gundua na utie moyo ujasiri wao. Kuwa rafiki.

Nimegundua kuwa ninapotekeleza tabia hizi, hiyo inakuza uelewano. Mara nyingi huwa ninahisi kuwa ninanufaika zaidi na uhusiano wangu na watu wenye ulemavu kuliko watu wengine kwa kuchagua vitendo vinavyozingatia Nguzo ya Hadhi.

Hadhi Hujitambulisha na Wengine

Donna Hicks anasema, "Si lazima uwe mwanasiasa ili unaswe na jaribu la kuepuka kupoteza heshima yako. Hamu ya kuepuka kupoteza heshima inahusiana moja kwa moja na msukumo wetu mkubwa wa asili wa kujilinda; tunashawishiwa pakubwa na msukumo huo kwani ni sehemu ya ubinadamu wetu."*77* Itifaki ingemwagiza Ruthu aepuke kupoteza heshima yake ikisema, "Usijitie mashakani kwa kujihusisha na Naomi." Acha familia yake imtunze. Lakini maneno maarufu zaidi kutoka kwenye simulizi la Ruthu ni, "Usinisihi nikuache, nirudi nisifuatane nawe. Maana wewe uendako nitakwenda, na wewe ukaapo nitakaa. Watu wako watakuwa watu wangu, na Mungu wako atakuwa Mungu wangu. Pale utakapofia ndipo nitakufa nami, na papo hapo nitazikwa."*78* Ruthu alimkubali Naomi na imani yake kikamilifu. Kulikuwa na sifa ya ushirikiano kati ya wanawake hao wawili ambao uliwawezesha kushinda dhiki. Pamoja watakabiliana na masuala tata ya maisha yanayowangoja. Hadhi ilizalisha ahadi isiyoweza kubatilishwa. Ahadi ya Ruthu ilionyesha tabia bora, huruma, ujasiri na msimamo imara.

Na je kama Ruthu angejitenga na imani ya Naomi au watu wake? Je kama tofauti zilizokuwa kati yake na Naomi zingempa sababu ya kutoonyesha huruma? Je kama utofauti wake ungemkataza kushirikiana au kuendelea kuwasiliana na Naomi? Mara nyingi, watu hawawezi kuwavumilia watu wenye imani tofauti au wanaotoka kabila tofauti. Kwa kufanya hivyo, wanavunja amri kuu ya pili, mpende

jirani yako kama unavyojipenda mwenyewe. Kuzingatia hadhi hutuondoa katika mtazamo wa kutovumilia watu kwa misingi ya kidini, kisiasa, kikabila au kijamii na kutuwezesha kuwapa taadhima wanayostahili. Kwa maoni yangu, kuna nafasi ya kutovumilia lakini si dhidi ya watu. Tunapaswa kukataa kuvumilia udhalilishaji wa ubinadamu wa watu, chuki, dhuluma na ufisadi.*79*Tuache kutazamana kwa mtazamo wa kikabila, kiuchumi au kielimu.

Stahamala ni tunda zuri la kuzingatia hadhi - nguzo zote sita za uadilifu huathiriwa na stahamala.

> *Hadhi* inayoonyeshwa kwa stahamala haitadhalilisha ubinadamu wa mtu.
> *Uaminifu* unaoonyeshwa kwa stahamala hufungua mlango wa ushirikiano. *Uhalisi* unaoonyeshwa kwa stahamala huruhusu kila mtu kuwa halisi.
> *Ushawishi* unaoonyeshwa kwa stahamala huendeleza kufanya kazi pamoja.
> *Taadhima* inayoonyeshwa kwa stahamala huzuia ukosefu wa taadhima. *Ukweli* unaoonyeshwa kwa stahamala unathamini mchango wa kipekee unaotolewa na wote.

Hadhi Huthamini Utofauti

Kukaa katika makao yake mapya kulikuwa kugumu zaidi kuliko jinsi Ruthu alivyotarajia. Hata kama alivaa kama walivyovaa na kula chakula kile kile walichokula, lafudhi yake ya Kimoabu ilimsaliti. Uwezo wake wa kuzungumza lugha nyingi ulimaanisha aliweza kuzungumza lugha yao, lakini haikuwa rahisi kusoma Kiebrania. Nani angetaka kumwajiri? Mhamiaji mwanamke mwenye elimu kama Ruthu, ambaye alihitimu kuajiriwa katika ngazi ya kitaaluma alikosa nafasi ya kutumia ujuzi wake. Ilimbidi Ruthu aanze chini kabisa. Alikabiliwa na ubaguzi wa kikabila na kutengwa. Ukabila na uraia wake ulisababisha kukataliwa kwa maombi yake. Ubaguzi dhidi yake kama mgeni ulimzuia kusonga mbele mapema.

Mimi ni raia wa Canada kwa kuzaliwa. Lakini babu na nyanya yangu walikuja nchini Canada wakiwa na matumaini ya kuwa na maisha bora. Walivumilia baadhi ya mambo yaliyompata Ruthu, lakini pia walipata msaada uliowasaidia kustawi. Kama Ruthu, hadhi yao iliwasukuma kufana katika nchi

mpya. Mojawapo ya sababu kwa nini nazungumzia suala hili hapa, ni kwa sababu katika ulimwengu wetu suala la jinsi tunavyowatendea wahamiaji linahitaji kuangaziwa. Bila kujali nchi au kabila la mtu, kila mtu anastahili kukaribishwa kwa heshima. Badala ya kuunda vizuizi - jenga mahusiano, toa nafasi kwa ushirikiano, unga mkono matamanio ya watu na uimarishe jamii. Je, wageni si wanadamu kamili? Labda umewahi kuwa mhamiaji au mgeni. Watendee wageni na walionyimwa haki kwa njia inayozingatia hadhi yako.[80]

Hadhi Hushughulikia Umaskini

Umaskini si tu ukosefu wa rasilimali za kiuchumi bali pia ni ukosefu wa rasilimali za kiroho. Mara nyingi watu huwachukulia watu wasio na mali kama watu duni. Kihistoria, hiyo imesababisha maskini kupuuzwa, kunyanyaswa na kutumiwa kama watumwa. Ruthu alionyesha kwamba wakipewa fursa, watu maskini zaidi wana uwezo wa kutoka katika umaskini. Mpango wa msaada wa eneo alimoishi haukumfanya ategemee msaada. Hakuwa mzigo kwa jamii. Alionyesha uwezo wa kustawi na akajiepusha na mtazamo wa kuombaomba. Ruthu alionyesha ukakamavu, si mtazamo wa kutojali. Aliondoka kwenye umaskini kupitia msaada wa watu wachache waliokuwa tayari kumpa fursa. Mwanamke, mhamiaji maskini, kutoka jamii ya watu wachache waliodhulumiwa, licha ya hayo, Ruthu alishinda umaskini. Alifanya hivyo, akiwezeshwa na Nguzo ya Hadhi.

Katika Rumi ya kale, umati wa watu maskini walitosheka katika hali yao duni kwa sababu serikali ilitoa "mkate na maonyesho ya sarakasi." Kwa maneno mengine, walipewa chakula na burudani ya bure lakini si uhuru wa kiuchumi na fursa ya kuendeleza na kutumia uwezo wao wa asili.*81* Badala ya kutoa msaada wa muda mrefu,

kuzingatia hadhi kunahamasisha mashirika ya msaada na serikali kuzingatia kusaidia watu maskini kwa njia itakayowawezesha kujiendeleza. Kikombe cha mchele ni sharti kifuatiwe na kujenga uwezo. Uwezo wa maskini ambao mara nyingi hautumiki unaweza kukuzwa na wakahimizwa kuutumia. Siku moja Yesu alimsifu mjane mmoja maskini kwa ukarimu wake na kwa kutumia ipasavyo uwezo wake. "Akainua macho yake

akawaona matajiri wakitia sadaka zao katika sanduku la hazina. Akamwona mjane mmoja maskini akitia mle senti mbili. Akasema, Hakika nawaambia, huyu mjane maskini ametia zaidi kuliko wote."*82* Hadhi hutambua michango ya maskini. Huondoa nira ya kukata tamaa kutoka kwenye mabega ya watu wa chini. Hadhi hurekebisha kile ambacho umaskini umeharibu.

Hadhi Hufunza Kujiendeleza Kibinafsi

Ikiwa tunatafuta unyenyekevu wa kweli, tuanze na hadhi. Msingi imara wa unyenyekevu ni hadhi. Kwa sababu Ruthu alijua yeye ni nani, hiyo ilimpa usalama mkubwa zaidi wa kibinafsi kuliko hali zake. Utambulisho halisi hukuza uwezo bora wa kujiona mwenye thamani. Akiwa mhamiaji, alikabiliwa na maneno ya kutia uchungu dhidi ya hadhi yake. Ataitikiaje? Je, ufisadi utashawishi tabia yake? Kukosa kuheshimiwa na jamii, umaskini wa kibinafsi, au maoni ya wengine vilishindwa kuamua utambulisho wake. Baadaye, alipopata mafanikio, hadhi haikubadilika. Hadhi yake ilimlinda kutokana na kuharibiwa sifa.

Ruthu alikuwa na umri mdogo kuliko Naomi. Hata hivyo, alikuwa na ushawishi mkubwa katika kumrejeshea mama mkwe wake hadhi yake. Matukio ya awali yalidhoofisha ujasiri na hisia ya kujithamini ya mwanamke huyo mzee. Mwanamke mwenye umri mdogo alihitaji kumtia moyo mwanamke huyo mzee. Naomi alijaribu kubadilisha jina lake ili kuonyesha hali yake ya kuvunjika moyo. Lakini hakukubali mama mkwe wake akate tamaa. Ruthu alizingatia hadhi kidogo ambayo Naomi bado alikuwa nayo. Wakati mwingine watu wenye kiburi, mamlaka na tabia ya kudhulumu watu watashambulia hadhi ya mtu. Badala ya kuonyesha nguvu, tabia isiyo na heshima hufichua udhaifu. Viongozi bora husikiliza na kupokea ushauri ambao ni wenye manufaa. Si lazima iwe kwamba watu dhaifu, wanaohisi kutishiwa, waliokandamizwa na wasio na uwezo hukataa ushauri, mara nyingi huwa wamekosa tu fursa.

Maamuzi ya kimwenendo ambayo Ruthu alifanya kila siku yalimfundisha mwanamke mwenye umri mkubwa kumshinda. Wakati mtu mwenye umri mdogo anamfundisha mtu mwenye umri mkubwa, hiyo inaitwa ushauri wa kinyume. "Ushauri wa kinyume unachukua mtazamo tofauti wa kujifunza. Huku tukikubali thamani iliyothibitishwa ya mbinu ya mkubwa kumfundisha mdogo ambayo ni ya 'kufundisha kuelekea chini', ushauri wa kinyume unatoa kikamilisho muhimu wa mbinu ya mdogo kumfundisha mkubwa ambayo ni 'kufundisha kuelekea juu.' [83] Naomi alionekana kuwa na mwelekeo wa kumwona binti mkwe wake kuwa chanzo cha ushauri. Mfano bora ambao Ruthu alionyesha kila siku na mtazamo wake wa kiutendaji uliigwa na Naomi. Badala ya kuendelea kusononeka, alipata urejesho.

Hadhi hukuwajibisha kwa ajili ya jinsi ulivyo na jinsi utakavyokuwa. Ruth alielewa kwamba aliwajibika kwa hali ya mwili wake, akili yake, mitazamo yake na ujuzi wake. Naomi hakuhitaji kumsukuma Ruthu hadi mafadhaiko yamlazimishe kuchukua hatua. Hapana, Ruthu aliwajibika katika kufanya maamuzi bora ya maisha. Alikuza tabia ambazo ziliboresha maisha yake na akawajibika katika kujiendeleza yeye binafsi. Kila uamuzi ulimfanya ajiamini na awe na matumaini zaidi. Manufaa ya ajabu ya kujiendeleza kibinafsi yalimfanya awe mwanamke bora zaidi mwenye afya, nguvu na furaha zaidi.

Hadhi huwafunza watu kutimiza uwezo wao kikamilifu. Lazima tukubali kuwajibika kwa ajili ya jinsi tulivyo na jinsi tutakavyokuwa. Ikiwa una ndoto ya kufanya kitu, uko tayari kufanya nini kuhusu jambo hilo? Ikiwa nina ndoto ya kuweza kucheza gitaa lakini nisiguse ala hiyo, nisifundishwe kuicheza na nisifanye mazoezi; je, nina nafasi gani ya kutimiza ndoto hiyo? Hadhi itatufunza kutoka kuwa na ndoto hadi kuitimiza! Mafanikio siku zote huthibitisha hadhi yetu ilhali kutojali hudhoofisha hadhi yetu.

Kuna hatua rahisi ambazo sote tunaweza kutekeleza ili kufikia uwezo wetu. Sote tunajua kwamba lishe isiyofaa hufupisha maisha, ukosefu wa mazoezi hudhoofisha afya, na kukosa kupumzika vya kutosha hupunguza kinga ya mwili na utendakazi. Swali ni, "Taarifa hizi zinatushawishi kwa njia gani?" Wakati fulani uliopita, nilipanda teksi moja ya zamani lakini ilikuwa katika hali nzuri sana. Nilimuuliza dereva anieleze ni jinsi gani gari lake bado linaonekana jipya. Alijibu, "Gari langu limeenda zaidi ya kilomita 500,000 na ninatarajia litaenda kilomita 200,000 zingine. Nalifanyia kazi za kulitunza kila siku. Kwa sababu mimi hutunza teksi yangu kwa bidii, itanihudumia kwa muda mrefu."

Je, unatunzaje afya yako? Afya yako ni kama dereva anayetunza gari lake. Je, unadhibitiwa na hamu yako ya kula au unadhibiti hamu yako ya kula? Lishe bora husababisha afya bora, kumbukumbu bora, meno na mifupa yenye afya, mmeng'enyo bora wa chakula tumboni, hali ya utulivu, kuzuia kiharusi na ugonjwa wa moyo na mishipa, kudhibiti ugonjwa wa kisukari, kupunguza hatari ya kupata saratani na usingizi mzuri. Je, unafanya nini na kile unachojua? Hitimisho ni; "Unastahili kutia juhudi zako zote katika kula lishe bora." Acha hadhi yako ikufunze kula lishe bora na kufuata mifumo mwafaka ya kula.*84*

Ikiwa unataka kujihisi vizuri zaidi, kuwa na nguvu zaidi na hata kuongeza miaka katika maisha yako – fanya mazoezi. Ni hatari na ni upumbavu kupuuza faida nyingi za mazoezi ya mara kwa mara.

Bila kujali umri, jinsia au uwezo wa kimwili kila mtu hufaidika na mazoezi. Kulingana na Kliniki ya Mayo, kuna sababu saba muhimu kwa nini unapaswa kufanya mazoezi. Mazoezi hudhibiti uzito wa mwili, hupambana na matatizo ya afya, huboresha hisia, huongeza nguvu, hutusaidia kulala vizuri, huhuisha maisha ya ngono na huwezesha mwingiliano wa kufurahisha na watu wengine. Je, unahitaji ushawishi zaidi ili uanze kufanya mazoezi? Hadhi inakuhamasisha kufanya mazoezi kwa faida yako mwenyewe.*85*

Usingizi mzuri usiku ni muhimu kwa afya yako na ustawi wote kama vile kula lishe bora na kufanya mazoezi. Ninashangazwa na jinsi watu wachache ndio wanaochukulia kwa uzito suala la kutopata usingizi wa kutosha. Acha nikupe sababu za kukushawishi kwa nini usingizi mzuri ni muhimu. Kutopata usingizi wa kutosha kunahusishwa na kuongezeka kwa uzito wa mwili na matumizi ya juu ya kalori. Ukosefu wa usingizi hupunguza umakini na tija na pia hupunguza utendakazi wa mwili. Ukosefu wa usingizi huongeza hatari ya kupata magonjwa, huathiri matumizi ya chakula mwilini na huanzisha ugonjwa wa kisukari wa aina ya 2, husababisha sonona, hupunguza utendakazi wa kinga ya mwili, huchangia katika kusababisha

ugonjwa wa muda mrefu wa njia ya kumeng'enya chakula na huchochea uharibifu wa seli. Hadhi inakuambia uthamini usingizi wako. Nenda ukalale.*86*

Mwongozo wetu wa kwanza wa cli ulitenga kurasa kadhaa kwa ajili ya kujitunza mwenyewe, na mikutano ya awali ilitenga kipindi kimoja kuzungumzia suala la athari za lishe, umuhimu wa kulala na umuhimu wa mazoezi. Maoni

tuliyopokea yalijumuisha jambo ambalo wengi walikiri wakisema, "Nilijua kuwa lishe, usingizi na mazoezi ni muhimu, lakini sikukubali kamwe kuwa mambo hayo ni muhimu kwangu. Nilijiambia nimekuwa nikiyapuuza bila kupata madhara yoyote." Kutokuwa na nidhamu ya kibinafsi hudhoofisha Nguzo ya Hadhi. Tunahitaji kujipenda vya kutosha ili tuwekeze katika kile tunachotaka kuwa. Mara nyingi ukosefu wa nidhamu ya kibinafsi huonyesha hali ya kutojithamini.

Mada zilizo hapo juu za nidhamu ya kibinafsi zinastahili kuzingatiwa zaidi. Hata hivyo, nakuhimiza upate rasilimali nyingi bora zinazoangazia lishe bora, usingizi wa kutosha na mazoezi ya mara kwa mara. Pia, ninakualika kuhudhuria kikundi cha cli au Mkutano wa Kilele ambapo unaweza kujifunza zaidi na kutiwa moyo kupitia uwajibikaji ili kufikia malengo yako.

Hadhi Hutetea Haki

Kwa nini kuna ukosefu mwingi wa haki ulimwenguni? Ninaamini kuwa chanzo cha migogoro mingi ni ukosefu wa kuzingatia hadhi. Palipo na amani, kuna uzingatiaji wa hadhi na haki. Kwa upande mwingine, migogoro hukithiri pale ambapo kuna udhalilishaji, kutoaminiana na dhuluma. Donna Hicks yuko sahihi anaposema, "barabara ya kuelekea katika amani imejengwa kwa hadhi."*87*Mojawapo ya uwezo wa juu ambao hadhi hukuza katika nafsi ni huruma. Ukosefu mwingi wa haki uliopo katika ulimwengu wetu unatokana na ukosefu wa huruma. Neno la Kiingereza la huruma ni "compassion" linalotokana na mzizi wa Kilatini, "cum passio" unaomaanisha "kuteseka pamoja na." *88* Utajali mateso ya wengine unapozingatia hadhi.

Tukio la kwanza la ukosefu wa haki nililoshuhudia lilikuwa la kusikitisha sana. Kabla ya wakati huo, masuala ya ukosefu wa haki hayakunigusa moja kwa moja. Niliona mifano kwenye televisheni au nilisoma kuhusu vitendo vya ukatili. Hata hivyo, nilitokwa na machozi nilipokutana ana kwa ana na Nelle, mama kutoka Cambodia. Alikuwa na watoto wanne na alikuwa mjane. Nilipokutana naye, alikuwa ametembea kilomita kumi na mbili akiwa na vazi la pekee alilomiliki ili kuja mjini ambapo tulikuwa tumeweka zahanati ya muda mfupi. Alinielezea umaskini kwa maneno ambayo siwezi kusahau. Kiasi kikubwa cha dhiki iliyompata ilitokana na udhalimu. Aliniambia siku ambayo aliishiwa na makaa, moto wa familia ukazimika na chakula cha mwisho kikaisha. Aliutazama mwili wa mwanawe wa mwisho ukinyauka huku akikabiliwa na utapiamlo hadi maisha yake yakawa hatarini naye pia akapigwa na baridi kali. Ilipokuwa hatari sana kubaki kijijini kwao,

alichukua watoto wake na akatoroka. Alitoroka kwa kuvuka mito kwa miguu na kuvuka mipaka kinyume cha sheria akitumaini kuepuka kubakwa au kuuawa. Nyumba yake ikawa kambi ya wakimbizi. Je, mwanamke huyu, ambaye hapo awali alikuwa daktari wa upasuaji, alikuwa na tumaini lolote kwa siku zijazo? Ndiyo, hadhi yake ilimpa ujasiri na matarajio.

Azimio la Kimataifa la Haki za Binadamu linasema kuwa wanadamu wana hadhi na hadhi hiyo ndio msingi wa haki za binadamu.*89* Siku moja, Naomi alimjulisha binti mkwe wake kwamba kuna sheria za kiraia ambazo zilimwezesha kupata manufaa ya kijamii. Kwa bahati mbaya, ingawa sheria ilitoa masharti ya kutosha, hakuna mtu aliyewajibika kuhakikisha utekelezaji wa vifungu hivyo vya sheria.

Kufikia wakati huo, Ruthu alikuwa hajui kwamba kuna uwezekano wa kupata msaada wowote. Hali yake ilikuwa na utata zaidi kwa sababu sheria ilimnyima uwezo wa kupata rasilimali ambazo alikuwa na haki ya kupata. Kama mwanamke, hakuwa na uwezo wa kutetea kesi yake. Kama watu wengine wengi wasio na uwezo, hakuweza kunufaika na sheria. Hakuna kitu kingetokea hadi Ruthu apate mtetezi wa kuchukua hatua kwa niaba yake. Ingawa jamii nzima ilielewa sheria alizoweza kunufaika nazo, hakuna mtu aliyehisi anahitaji kuwajibika ili kuingilia kati kwa niaba yake. Ilikuwa rahisi zaidi kutofanya chochote badala ya kufuatilia kesi yake.

Ni lazima tushughulikie ukosefu wa haki. Lakini bila watu wenye hadhi haki haitatekelezwa. Ingawa alizuiwa, Ruthu alipata njia ya kupata haki zake za kibinadamu. Akitenda kwa hadhi ya juu kabisa, alimwendea mwanamume ambaye aliamini alikuwa mwadilifu. Aliwasilisha kesi yake kwa uwazi na busara. Je, atamsikiliza, ukosefu wa haki utakwisha? Nguzo ya Hadhi ilimhamasisha Ruthu, huku Nguzo ya Ushawishi ikimwongoza Boazi. Alisikiliza ombi lake. Tabia, huruma na maadili yake ilimaanisha hangeweza kukaa kimya. Akijua hali yake, alikubali kushughulikia kesi ya mwanamke huyo na akapanga kumwakilisha kwa njia mwafaka mbele ya baraza la jiji la eneo hilo. Baraza lilisikiliza kesi ya Ruthu, kisha likafanya uamuzi kulingana na masharti ya sheria. Siku hiyo ilithibitisha haki zake na ikampa manufaa aliyostahili kupata.

Leo, kila ninaposikia kuhusu watu wanaotetea haki za binadamu, kila wanapotetea uhuru au kila wanapoleta upatanisho, ninamkumbuka Ruthu Kilioni. Na namkumbuka Boazi, ambaye alikuwa na huruma na aliwajibika katika kuona haki imetendeka. Ukosefu wa usawa lazima ukome, lakini hiyo itahitaji uwezeshaji wa hadhi.

Hadhi Huvutia

Kila mtu kijijini alivutiwa na hadhi na utulivu wa Ruthu usio wa kawaida. Hadhi ya mwanadamu ni adili njema; hivyo, huchochea mvuto na kuboresha mitindo ya maisha. Msimulizi alieleza Ruthu kama mwanamke mwenye ubora wa kibinafsi wa hali ya juu. Wafanyakazi wa shambani walimthamini, wanawake walitangamana naye, watoto walimwamini, na baada ya muda viongozi wa kijiji walimheshimu. Hadhi ya kweli si kitu cha kuhesabika ambacho tunaweza kuwa nacho kwa wingi au kidogo. Hadhi ni zaidi ya heshima unayostahili kutoka kwa kijamii. Badala yake, hadhi ni kama msingi, msingi wa uadilifu. Kwa nini inavutia sana? Kwa sababu inamwezesha mtu kuheshimu watu kwa kuzingatia hisia zao, kuwa na mtazamo mzuri, kujitenga na ufisadi na kuthamini zaidi uwezo wa binadamu.*90*

Kwa kumalizia, ninataka kuonyesha jinsi hadhi ya Ruthu ambayo ilikuwa kielelezo, inawahamasisha wale wanaojua simulizi lake. Huenda hakuwahi kufikiri kwamba maisha yake yataendelea kuwashawishi watu muda mrefu baada ya kifo chake.

Mke wangu ni wa asili ya Ireland. Mojawapo ya mambo anayopenda kufanya ni utafiti wa ukoo. Kila Siku ya St. Patrick, wakati familia inakusanyika nyumbani kwetu, tunasherehekea mizizi yetu. Wakati fulani katika sherehe, mke wangu hukusanya familia nzima na kusimulia hadithi kutoka katika historia yetu. Urithi wetu unajumuisha waasisi, watumishi, wahubiri wa kuzungukazunguka, wanasiasa na wengineo. Sisi ni warithi wa watu wenye nguvu ambao hadhi yao ilishawishi maisha yao. Kama familia katika Siku ya St. Patrick, tunakumbuka kwamba urithi wetu unatulazimisha kujenga ulimwengu bora. Nguzo ya Hadhi huweka msingi wa kesho bora zaidi.

Baadhi ya wasomaji wanajua kwamba jina la Ruthu linapatikana katika ukoo maarufu. Rekodi ya ukoo iliyothaminiwa na kulindwa na Waebrania. Jina lake limejumuishwa katika orodha wanayoipenda zaidi. Anapatikana miongoni mwa wanaume kama Abrahamu, Isaka, Yakobo, Mfalme Daudi, Mfalme Sulemani na Masihi Yesu Kristo. Akiwa mwanamke, katika orodha kubwa ya wanaume, Ruthu alikuwa wa kipekee. Aliweka kiwango halisi cha hadhi. Wanaume na wanawake wote na wamuige.

Nguzo ya Taadhima

Taadhima Huhimiza Utimizaji wa Uwezo.
Taadhima isipotolewa, hofu, ubinafsi na ukosefu wa heshima hufunga jamii.
Taadhima inapotolewa, upendo, ukarimu na heshima huweka jamii huru.

Maadili yana ushawishi mkubwa katika uundaji wa utamaduni. Wanaanthropolojia hutofautisha katika Utamaduni wa Sheria na Utamaduni wa Taadhima. Utamaduni wa Taadhima una mkusanyiko wa kanuni zisizowekwa wazi ambazo kwazo wanajamii wanakubali kuishi. Utamaduni wa Sheria una mkusanyiko wa sheria wazi ambazo wanajamii wote wanapaswa kuzitii, na kuna adhabu zilizobainishwa kwa wavunja sheria.

Kwa ujumla, tamaduni za kale ziliundwa kwa msingi wa taadhima bila sheria zilizoandikwa. Leo, Utamaduni wa Taadhima unaendelea kutawala makabila mengi. Hata hivyo, Tamaduni za Taadhima zinaonekana kudidimia huku Tamaduni za Sheria zikizidi kuwa za kawaida.[91] Taadhima inahitaji mambo mbalimbali kama vile
ushujaa, hadhi, uaminifu, huruma, wema na maadili ya hali ya juu. Kanuni za taadhima huongoza mikataba ya biashara, mwenendo wa kingono, ulinzi wa kibinafsi, mifumo ya familia na uzalendo wa kitaifa. Utamaduni wa Taadhima haukosi chochote. Unajenga maisha.

Wakati mwingine neno taadhima limehusishwa na vitendo visivyo vya taadhima. Je, kuua ili kulinda taadhima kunahalalisha dhuluma? Je, vitendo haramu vya mtu vinaweza kuwa halali mtu huyo anapodai kuwa anatii kanuni za taadhima? Je, taadhima inatosha kuwa sababu ya kwenda vitani? Je, tunaweza kusubutu kuhalalisha ubaguzi au kulipiza kisasi kwa kuwa tunataka kulinda taadhima ya kabila?

Dkt. John Kerr, katika kitabu chake Butterfly Christian Nation anaandika: "Katika mtazamo wa kimagharibi, dhamiri njema inahitaji haki au kutii kanuni. Dhamiri mbaya ni matokeo ya kuhisi kuwa na hatia au kuvunja kanuni. Dhamiri yenye hatia hurejeshwa vyema zaidi kupitia fidia (kurekebisha kosa ulilofanya) ...rudisha kile

ulichoiba. Katika Afrika, kwa upande mwingine, dhamiri njema hutokana na taadhima na kukubalika katika jamii... mkosaji hupata aibu kutokana na kutengwa. Dhamiri iliyofedheheshwa huponywa kupitia upatanisho na kujumuishwa tena katika jamii. Katika utamaduni ambapo watu wanaishi kijamii, kosa halishughulikiwi moja kwa moja kwa sababu linaweza kudhoofisha taadhima ya mkosaji."*92*

Tabia Huamua Taadhima Unayopata

Inaonekana ni jambo la kawaida kumwonyesha taadhima mtu tunayeona kuwa anaistahili. Tunahisi sisi si waaminifu tunapomwonyesha taadhima mtu tunayeona haistahili. Taadhima kwa msingi wa uadilifu ni dhana ya kimapinduzi; tuna mwelekeo wa kufikiri taadhima hutolewa kwa msingi wa utendakazi au ni kipimo cha tabaka la mtu katika ngazi ya kijamii. Mfumo wa Taadhima wa Immanuel Kant ulimaanisha thamani ya kijamii inayodai itifaki mahususi.*93* Hata hivyo, Nguzo ya Taadhima inatangaza kwamba mwenendo unatoka katika tabia zetu na taadhima huonyeshwa kwa hiari, haidaiwi kwa lazima. Msingi wa taadhima unategemea tabia ya yule anayeitoa, si utendakazi wa yule anayeipokea. Wale wanaopeana taadhima hawaainishi ni nani anayeistahili kwa msingi wa mwenendo, cheo, mali au mafanikio. Taadhima inamfaa kila mtu. Tabia huongoza udhihirishaji wa taadhima. Kimsingi, uadilifu hufanya kazi hivi, huchukua hatua ya kwanza badala ya kuitikia hali fulani.

Hadhi Hutolewa kwa Hiari

Nguzo ya Taadhima inategemea msingi wa tabia, si thawabu. Kwa hivyo, taadhima haidaiwi kutoka kwa mtu bali inatolewa kwa hiari. Watu waadilifu hutoa kwa moyo wa kweli, ilhali ufisadi hudai kwa lazima. Je, ni haki kuchukulia kuwa kila mtu anaelewa ni nani anastahili taadhima, na ni nani asiyeistahili? Fikiria mtazamo ambao watu wa mji wa nyumbani wa Yesu walikuwa nao kwake. Alikulia katika kijiji chao,

Nazareti, hivyo, ilikuwa vigumu kwao kumchukulia kama rabi mashuhuri. Kwa makusudi walimnyima heshima kijana wa eneo lao!

Badala ya kusherehekea mafanikio yake, walimdharau. Majirani zake walitatizika kuelewa umaarufu wake. Alikuwa tu mtoto wa seremala wa eneo hilo.*94*

Je, unapaswa kumwonyesha taadhima mwalimu wako, bosi wako au mwanandoa mwenzako ikiwa unafikiri hastahili kuonyeshwa taadhima? Tunatoa hoja za kimantiki tukisema kwamba kuwapongeza watu wasiostahili kutasababisha utendakazi duni na tutakosa kuwa waaminifu. Nguzo ya Taadhima inatuagiza tuonyeshe watu wote taadhima, si tu wale tunaowaona kuwa wanastahili.

Je, maneno taadhima na heshima yana maana sawa? Je, ni visawe? Uadilifu huona taadhima na heshima kama mambo mawili ya kipekee na tofauti, kama vile tufaha na mapera.

> Heshima hupatikana kwa kutia juhudi ilhali taadhima hutolewa kwa hiari.
> Heshima hudhihirisha mwenendo wa yule anayeonyeshwa heshima ilhali taadhima hudhihirisha tabia ya yule anayetoa taadhima.
> Heshima hupatikana kwa juhudi ilhali taadhima hutolewa kwa yule aliyechaguliwa.
> Heshima hutoka akilini ilhali taadhima hutoka moyoni.

> Heshima, kama kuaminika, hupatikana kwa juhudi, ilhali taadhima kama upendo, hutolewa kwa hiari. Heshima ni thawabu ya mafanikio; taadhima ni thawabu inayohamasisha mafanikio.*95*

Tunatumia neno taadhima kwa njia nyingi. Katika jeshi, wanajeshi huonyesha taadhima kulingana na cheo. Taadhima huhamasisha uzalendo. Wanajeshi huepuka kukosa taadhima kwa gharama yoyote ile. Mashirika mengi hufafanua heshima kwa msingi wa mamlaka au cheo. Nguzo ya Heshima hufanya kazi kwa sababu ya tabia njema. Udhibiti, kanuni na mamlaka huweka masharti ya nje. Ingawa uadilifu huzingatia ufuatiliaji wa nje, unahamasishwa na maadili ya ndani.

Mwonyeshe Kila Mtu Taadhima

> "Itifaki huhitaji hatua zinazofaa zizingatie kanuni za kitamaduni. Itifaki huwakumbusha watu walio ndani ya utamaduni jinsi ilivyo muhimu kutoa taadhima. Itifaki hutumikia kuimarisha kanuni na maadili ya kitamaduni. Kulingana na Taasisi ya Diplomasia
> ya Chuo Kikuu cha All-Africa University of Zimbabwe: "Itifaki, adabu, uweledi na ungwana ni zana za kitaaluma zisizoonekana wazi, zinazotumika kimyakimya bila juhudi ambazo zinakuwezesha kufikia malengo yako kwa ustaarabu na uweledi... Kuwa na "adabu na hekima ya kufuata itifaki" kunakuweka katika nafasi bora kwa kukuwezesha kuzingatia masuala muhimu."*96*

Wakati mwingine itifaki huonyesha taadhima ya kweli. Wakati mwingine, matendo yanayoonekana kuwa mema huwa yameficha ukosefu mbaya sana wa taadhima. Ukosefu wa taadhima unaweza kufichwa na vitendo vya nje hata vile vinavyotekelezwa kwa njia bora sana. Isaya alishuhudia udanganyifu miongoni mwa watu wa enzi yake. Alifichua udanganyifu, "kwa kuwa watu hawa hunikaribia

na kuniheshimu kwa vinywa vyao, bali mioyo yao wamefarakana nami."*97* Walionyesha taadhima bandia kwa wafalme, viongozi, mamlaka, waliofanikiwa, na wazee kwa sababu lilikuwa jukumu lao walilotarajiwa kutekeleza. Kwa ndani walimdharau yule waliyekuwa wakimwonyesha taadhima.

Ikiwa tutakuwa na mtazamo wa kutoa taadhima kwa mtu anayeistahili tu, basi kutambua kwetu watu hao kutakuwa ni kwa msingi wa wajibu, utendakazi au desturi. Nguzo ya Taadhima inatufundisha kuwastahi watu wote, hata wale ambao tunawaona kuwa hawastahili au hawajahitimu. Kila mtu hupokea taadhima: matajiri na masikini, wenye elimu na wasio na elimu, watu wa kabila lako na wa kabila lingine, wenye afya na walemavu, wazee na vijana, wa dini yako na wale wa dini nyingine. Kila mtu anastahili taadhima. Biblia inawaagiza wale wanaotaka kuishi kwa uadilifu waonyeshe taadhima kwa wote.

Taadhima Huchukua Hatua Kwanza

Taadhima huchukua hatua kwanza, haiitiki hali fulani. Mwenendo wako haupaswi kuamua matendo yangu. Kukosa kwako kunionyesha taadhima hakupaswi kunifanya nikose kukuonyesha taadhima. Ukosefu wa upendo wa mtu mwingine haupaswi kuzuia upendo wangu. Kwa nini ukosefu wa uaminifu wa mtu mwingine uvunje uaminifu wangu? Je, tabia duni ya mtu mwingine inapaswa kuharibu tabia yangu? Uadilifu haubadiliki kulingana na vishawishi vya nje, ni tabia ya msingi.

Taadhima huongoza mwenendo, iwe tuko pamoja na watu wenye mamlaka au la. Inajidhihirisha yenyewe, iwe tuko pamoja na watu wenye msimamo tofauti wa kisiasa, bosi asiye mkarimu, mzazi mwenye dhuluma au mtu wa kabila au dini nyingine. Tunaweza kuonyesha taadhima bila kuidhinisha au kuchochea vitendo vya ufisadi. Taadhima huchukua hatua kwanza, haiitikii hali fulani. Taadhima ya kweli ni uamuzi. Inafanya kazi kama mzizi, si kama tunda. Taadhima hushawishi mitindo ya maisha na hufanya mitazamo kuwa mipya. Kama kiongozi, nilipojumuisha taadhima katika utamaduni wa timu yangu, tija ilipanda. Hatua hiyo iliunganisha timu na kuhamasisha nia njema. "Gramu moja ya taadhima ina thamani mara elfu zaidi ya gramu elfu moja za ukosefu wa taadhima."*98*

Taadhima Huachilia Uwezo

Acha nikusimulie simulizi la kweli kama lilivyosimuliwa na Patricia McGerr. Simulizi la Mke wa Johnny Lingo wa Ng'ombe Wanane linaonyesha ushawishi wa ajabu wa kumtendea mtu kwa taadhima. Johnny Lingo alikuwa kijana aliyeishi katika kisiwa cha Nurabandi, karibu na kisiwa cha Kiniwata katika Pasifiki ya Kusini. Alikuwa mmojawapo wa watu mahiri, hodari, na tajiri zaidi katika visiwa hivyo, lakini watu walitikisa vichwa vyao na kutabasamu kuhusu shughuli moja ya kibiashara ambayo Johnny alifanya.

Ilikuwa ni desturi katika visiwa hivyo kwa mwanamume kumnunua mke wake kutoka kwa baba yake, na kumlipia kwa ng'ombe. Ng'ombe wawili au watatu walinunua mke wa wastani, na wanne au watano walinunua mke wa kuridhisha sana. Hata hivyo, kwa sababu fulani, Johnny alilipa bei ambayo haikuwa imesikiwa ya ng'ombe wanane kwa ajili ya mke wake, Sarita. Hakuwa wa kuvutia kwa kiwango chochote. Kama mtu mmoja alivyoeleza, "Kusema hakupendeza kungekuwa ni kuwa mkarimu sana." Alikuwa mwembamba sana. Alitembea mabega yake yakiwa yameinama na kichwa chake kikiangalia chini. Aliogopa kivuli chake mwenyewe. Kwa nini Johnny Lingo alilipa ng'ombe wanane kwa ajili ya mwanamke kama huyo?

Kila mtu alifikiri kwamba Sam Karoo, babake Sarita, alikuwa amemlaghai Johnny na ndio maana wakazi wa kisiwa hicho walitabasamu kila walipojadili shughuli hiyo ya kibiashara. Patricia McGerr hatimaye alikutana na Johnny na akapata nafasi ya kumuuliza kuhusu ng'ombe wanane aliotoa kumnunua mke wake. Alidhani kwamba alikuwa amefanya hivyo kwa ajili ya ubatili na sifa yake—mpaka alipomwona Sarita. "Alikuwa mwanamke mrembo zaidi ambaye nimewahi kuona," McGerr aliandika. "Mabega yake wima, kidevu chake alichokipinda upande mmoja na macho yake maangavu yalionyesha kujivunia kulikoonekana wazi na kila mtu." Sarita hakuwa msichana wa kawaida ambaye McGerr alitarajia kuona, na Johnny Lingo ndiye aliyeweza kueleza jambo hilo.

Johnny alisema, “Je, umewahi kufikiria inamaanisha nini kwa mwanamke kujua kwamba mume wake alilipa bei ya chini zaidi ambayo angeweza kulipa ili kumnunua? Baadaye, wanawake hao wanapozungumza, watajisifu kuhusu pesa ambazo waume zao walitoa ili kuwanunua. Mmoja anasema ng’ombe wanne, mwingine labda sita. Je, mwanamke anahisije ikiwa alinunuliwa kwa ng’ombe mmoja au wawili? Mimi Johnny singeruhusu hilo limtendekee Sarita wangu.”

“Ulifanya hivyo ili tu kumfurahisha mke wako?” McGerr aliuliza. “Nilitaka Sarita awe na furaha, ndiyo, lakini nilitaka zaidi ya hilo.

Mambo mengi yanaweza kumbadilisha mwanamke: Mambo yanayotokea ndani, mambo yanayotokea nje, lakini jambo la maana zaidi ni kile anachofikiria juu yake mwenyewe. Huko Kiniwata, Sarita aliamini kuwa hakuwa na thamani yoyote. Sasa anajua kuwa ana thamani kuliko mwanamke mwingine yeyote visiwani.”

“Lakini ...”

“Lakini,” alimaliza kwa upole, “nilitaka mke mwenye thamani ya ng’ombe wanane.”

Kwa sababu Johnny Lingo alimwona Sarita kuwa na thamani ya ng’ombe wanane, alianza kujiona na kuishi kama mwanamke mwenye thamani ya ng’ombe wanane. Kabla ya Johnny kuingia katika maisha yake, Sarita alikuwa msichana wa kawaida na mwenye haya katika kisiwa hicho. Baada ya Johnny kumwekea thamani kubwa, alibadilika na kuwa mwanamke mwenye kujiamini na mwenye kuvutia aliyejua kwamba kwa mume wake alikuwa na thamani zaidi kuliko mwanamke mwingine yeyote katika kisiwa hicho.

Ufisadi hushusha thamani ya watu. Huwafanya wahisi jinsi Sarita alivyohisi kabla ya kukutana na Johnny. Maneno ya dhihaka, dhuluma, shinikizo la wanarika na kutoonyeshwa taadhima huimarisha mtazamo wetu wa kujiona tuna thamani duni. Wakati umefika ambapo watu wanapaswa kupokea zawadi ya taadhima kama ile ambayo Sarita alipokea! Kila mtu ana thamani ya ajabu!

Kwa mtazamo wa Johnny, Sarita, alikuwa hazina yenye thamani kubwa sana. Kwa mtazamo wa Muumba wetu, mimi na wewe tunastahili taadhima. Uadilifu huwafanya watu wajione wana thamani ya ng'ombe wengi sana.*99*

Kwa nini ni muhimu sana kuwaona wengine kama hazina yenye thamani kubwa? Kwa sababu kila mtu ana hadhi na kusudi. Watu wana thamani kuliko dhahabu. Taadhima huwawekea watu thamani kubwa na hubadilisha jinsi wanavyojiona.

Matokeo ya Ukosefu wa Taadhima

Ukosefu wa Taadhima Hudhoofisha Uadilifu

Ufisadi huzingatia kile kilicho hasi. Ufisadi hutenga jambo dogo na kulifanya liwe kubwa kupita kiasi. Hebu tuchunguze jinsi ukosefu wa taadhima unavyoathiri familia. Ukosefu wa taadhima hudhoofisha uhusiano kati ya mume na mke. Unapoishi na mtu mwingine, unaona kasoro zake. Kila mmoja kujua kasoro za mwenzake hufanya iwe vigumu zaidi kuthaminiana. Mume wa kuvutia na mkewe mrembo wote wanapoteza mvuto waliokuwa nao kwa mwanandoa mwenzao. Watoto huwatazama wazazi wao, wakichunguza mwenendo wao na kusikiliza mazungumzo yao. Wanawatazama wazazi wao wakiwa faraghani nyumbani na hadharani. Inaweza kuwa vigumu kwa watoto kuwastahi wazazi wao kwa sababu ya mambo wanayoona. Ghafla familia inagawanyika na wanafamilia wanatengana.

Ukosefu wa taadhima huathiri mahali pa kazi pia. Wafanyakazi huwatazama waajiri wao. Wanachunguza jinsi kiongozi anavyofanya maamuzi na kutekeleza sera. Katika kampuni ndogo, wafanyakazi wanamjua mwajiri, na kuzoeana kunaweza kusababisha madharau. Ukosefu wa taadhima huathiri mahusiano. Kama lifti inayoenda chini polepole, ukosefu wa taadhima hushusha ubora wa mawasiliano, mahusiano na ushirikiano. Ukosefu wa taadhima unapokithiri, tija hupungua. Huwezi kujiboresha kamwe kwa kumshusha mtu mwingine. Huwezi kuwa na furaha zaidi kwa kumfanya mtu mwingine akose furaha. Huwezi kupokea taadhima kwa kukosa kutoa taadhima.

Ukosefu wa taadhima ndio mojawapo ya silaha zenye ufanisi zaidi za ufisadi. Ukosefu wa taadhima ni rahisi kutumia na unapatikana kwa urahisi. Husababisha madhara makubwa. Hapo awali nilizungumza kuhusu jinsi wakazi wa mji wa nyumbani wa Yesu walivyokataa kumwonyesha taadhima. Matokeo yalikuwa yapi? Tunasoma kwamba Yesu hangeweza kufanya matendo mengi makuu katika mji wake wa nyumbani. Haisemi alikataa, bali hangeweza kufanya matendo makuu. Inaonekana kiwango chao cha taadhima kilidhihirisha kiwango cha imani yao. Ukosefu wa taadhima ulizalisha shaka ilhali imani ilizalisha tumaini."*100*

Wakazi wa mji wa nyumbani wa Yesu walichukulia kuwa Yesu alikuwa mtu wa kawaida, mmoja wa wavulana waliokulia katika mji huo. Alihudhuria shule ya eneo hilo na alifanya kazi katika duka la useremala la eneo hilo. Kitabu cha Marko kinasema, "nabii hakosi heshima, isipokuwa katika nchi yake mwenyewe na kwa jamaa zake, na nyumbani mwake." *101* Neno la Kigiriki lililotafsiriwa kama "hakosi heshima" ni neno *'at-ee- mos,'* linalomaanisha kutoonyesha taadhima; kuchukulia kwa kawaida.*102* Ukosefu wa taadhima huzuia mema yasitendeke. Watu wa imani ya Kikristo hugundua kwamba ikiwa watamchukulia Yesu kama mtu wa kawaida, watapata manufaa finyu, lakini wanapompa taadhima kama Bwana, wanashuhudia nguvu zake katika maisha yao.

Ikiwa unataka kuwa na ndoa ya kawaida, kosa kumwonyesha mwanandoa mwenzako taadhima. Mchukulie kama mtu wa kawaida. Ikiwa ungependa kuhudhuria chuo kikuu cha kawaida, kosa kuwaonyesha wanafunzi taadhima na uwachukulie walimu kama walimu wa kawaida. Ukosefu wa taadhima siku zote hushusha thamani ya watu, huweka mipaka au hushusha viwango. Huwashawishi watu kuwa katika uhusiano usioridhisha.

Neno la Kigiriki linalotamkwa *"tim-may,"* linamaanisha kuonyesha taadhima, kuthamini, kuheshimu au kustahi sana, kuchukulia kitu kuwa cha thamani kubwa, au kuweka thamani katika kitu.*103* Nina kitabu kikuukuu cha ngozi. Wengi wanaweza kuona kitabu hiki kuwa ni cha kawaida tu, lakini kwangu, ni cha thamani sana. Baba yangu alikuwa mchungaji, na kitabu hicho kilikuwa Biblia yake ya kibinafsi yenye mafunzo. Ina vidokezo vilivyoandikwa kwa mkono wake mwenyewe. Alipiga mistari kwenye vifungu vilivyogusa moyo wake,

aliandika mawazo yake pambizoni. Pia, nilipata vidokezo vichache vya mahubiri yake vikiwa vimewekwa mwishoni mwa Biblia hiyo.

Nina Biblia nyingi ambazo marafiki zangu wanaweza kusoma. Zote zinaweza kutumiwa na vikundi vya mafundisho ya Biblia vinavyokutana nyumbani kwetu, zote isipokuwa

moja, Biblia ya baba yangu. Inakaa kwenye rafu maalum, na ninaiweka hapo ili kuionyesha. Si ya kutumiwa na watu wote. Sidhani naweza kuuza Biblia hiyo. Kama ningeiuza, unafikiri ingekuwa na thamani gani kwangu? Biblia ya baba ina thamani kubwa zaidi kuliko pesa.

Ukosefu wa taadhima hushusha thamani ya watu. Huwachukulia watu kuwa wa kawaida. Taadhima huwastahi watu na kuwaona kuwa wa thamani. Ukosefu wa taadhima huwawekea watu vikwazo.

Taadhima huwatia watu moyo kutimiza uwezo wao. Ukosefu wa taadhima huwatazama wengine kwa shaka na hivyo huwaekea vikwazo.

Taadhima huwatazama wengine kwa imani, ikiwawezesha kutimiza hatima na uwezo wao.

Ukosefu wa Taadhima Huzalisha Aibu, Hofu na Hatia

Ukosefu wa taadhima huzalisha aibu, hofu na hatia. Aibu, hofu na hatia ni sumu vinapochanganywa na kudhibitiwa. Ili kushinda aibu, ni sharti turejeshe taadhima. Upendo ukichanganywa na taadhima hushinda hofu. Nguvu ya taadhima inayobadilisha mtazamo hubadilisha mawazo yanayodhoofisha.

James Gilligan katika kitabu chake Violence, Reflections on A National Epidemic, inasema:

> Bado sijaona kitendo kikubwa cha vurugu ambacho hakikuchochewa na hali ya kuhisi aibu na kudhalilishwa, kutoheshimiwa na kudhihakiwa, na ambacho hakikuwa jaribio la kuzuia au kubatilisha hali hiyo ya kuona aibu—haijalishi adhabu ya kitendo hicho ni kali kiasi gani, hata ikiwa ni kifo....Siri ambayo wanaume wenye vurugu wanaweza kufa ili wasiifichue ni kwamba wanaona aibu—aibu kubwa, aibu ya kudumu, aibu kali, juu ya mambo ambayo ni madogo sana kiasi kwamba inakuwa jambo la aibu zaidi kuyaona aibu. Kwa nini wanaona aibu sana kwa ajili ya kuhisi kuabika? Kwa sababu hakuna kitu cha aibu zaidi kuliko kuhisi kuabika.*104*

Gilligan anadai kwamba ukosefu wa taadhima huweka watu katika hali ya hatari katika kila jamii. Wanasosholojia wanatambua athari tatu zinazojitokeza sana kutokana na ukosefu wa taadhima: hatia, aibu na hofu. Mambo haya matatu yameshawishi kutokea kwa aina tatu za utamaduni.

Tamadu ni za kuwa na hatia na kutokuwa na hatia ni jamii zinazotilia mkazo matakwa ya kibinafsi (zinapatikana sana katika nchi za Magharibi), ambapo watu wanaovunja sheria wana hatia na hutafuta haki au msamaha ili kurekebisha kosa lao.

Tamaduni za aibu na taadhima ni tamaduni zinazotilia mkazo matakwa ya kijamii (zinapatikana sana katika nchi za Mashariki), ambapo watu huona aibu kwa kutotimiza matarajio ya kikundi na hutafuta kurejesha taadhima yao mbele ya jamii.

Tamaduni za hofu na nguvu zinarejelea miktadha ambapo watu wanaamini kuwa uumbaji wote una nguvu ya kiroho (mtazamo huu kwa kawaida ni wa kikabila). Watu wanaoogopa uovu/ madhara hutafuta kupata nguvu katika ulimwengu wa roho kupitia matambiko ya kimazingaombwe.

Mojawapo ya mambo haya matatu: hatia, aibu au hofu woga ni kiini cha kila utamaduni. Ukosefu wa taadhima husababisha msukumo wa kutosha kuharibu misingi ya jamii.

Ukosefu wa Taadhima Husababaisha Kutoridhika

Hapo awali, nilizungumza kuhusu Biblia ya baba yangu na vidokezo alivyoandika pembezoni. Kando ya kifungu fulani katika Kitabu cha Kutoka 14, baba aliandika, "Kunung'unika hakuponyi chochote. Kunaondoa furaha na kufanya mambo kuwa mabaya zaidi." Nakubaliana naye. Kunung'unika huzuia ukuaji wa kibinafsi, hupunguza msukumo, hudhoofisha maono, huharibu sifa na huleta madhara katika mahusiano. Kuwa na shukrani hurefusha maisha; kutokuwa na shukrani hufupisha maisha. Watu wasio na shukrani hutimiza mambo machache kuliko watu wenye shukrani.

Epuka sifa ya kuwa mtu asiyeridhika. Ukiona bilauri liko nusu tupu badala ya kuona limejaa nusu, unakosa kuona kile kilicho humo ndani. Kuona mema ni chaguo ambalo hutoa tumaini. Watu wenye shukrani hutambua kile kilicho kibaya

lakini hutekeleza kile kilicho chema. Ulimwengu hauko jinsi unavyopaswa kuwa. Tunapotambua mapungufu, tuna mambo mawili ya kuchagua; tunaweza kulalamika au tunaweza kufanya jambo ili kubadilisha mambo. Uwezo wa kupambanua mambo huamsha uwezekano wa kupata suluhu na mabadiliko mazuri. Ikiwa haujaridhika, tafuta njia za kuboresha mambo badala ya kulalamika. Uko tayari kuishi katika hema gani— hema la kutoridhika au hema la kuridhika?

Jaribu kufuata ushauri huu mzuri: "... mambo yoyote yaliyo ya kweli, yoyote yaliyo ya staha, yoyote yaliyo ya haki, yoyote yaliyo safi, yoyote yenye kupendeza, yoyote yenye sifa njema; ukiwapo wema wowote, ikiwapo sifa nzuri yoyote, yatafakarini hayo." *105*

Njia nzuri ya kugundua nguvu ya taadhima iletayo uhai ni kufuata hatua za mtu anayeitwa Daudi. Alimwonyesha taadhima kiongozi asiye thabiti, alishindwa kuwonyesha taadhima mwanawe na alimwonyesha mke wake taadhima kwa kusitasita. Tunaweza kujifunza mengi kutokana na masimulizi yote matatu.

Taadhima Huleta Manufaa

Jipe Taadhima Wewe Mwenyewe

Simulizi la Daudi linaanza na tukio la kukataliwa. Samweli (kiongozi wa kiroho wa taifa) aliwasili bila kutarajiwa katika nyumba ya baba yake Daudi. Samweli alikuwa kwenye misheni ya kumteua mfalme wa pili wa Israeli. Yehova alikuwa amemfunulia kwamba mfalme wa baadaye wa Israeli atakuwa mmoja wa wana wa Yese. Samweli alifika akiwa na nia ya kumtambua mwana huyo na kumtia mafuta kuwa mrithi wa Mfalme Sauli. Alimuuliza Yese kama angeweza kuhoji kila mwana.

Kwa haraka, Yese aliwakusanya wavulana wake, lakini alichukulia kwamba Daudi alikuwa mdogo sana, hivyo akamtenga. Yese alichukulia kwamba Daudi anafaa kuwa mchungaji wala si mgombea wa ufalme. Mmoja baada ya mwingine, ndugu hao walikuja mbele ya Samweli, lakini hakuna aliyehitimu.

Samweli akauliza, "Je, hawa ndio wana wote ulio nao?" Yese akajibu, "Bado kuna mwanangu mdogo" na akawaagiza watumishi wamlete Daudi. Punde tu Samweli alipomwona mvulana huyo mchungaji, alijua kwamba Daudi ndiye aliyechaguliwa na Yehova. Baba alikuwa amekadiria vibaya uwezo wa mwanawe, lakini Samweli alitambua ukuu ndani ya Daudi na akamtia mafuta.[106]

Baada ya kutiwa mafuta, Daudi hakuacha kuchunga kondoo wa baba yake. Alikuwa na subira. Alikuwa na mengi ya kujifunza. Ni safari ndefu kutoka kuchunga kondoo hadi kutawala taifa. Hekima iliongoza maandalizi yake kwa ajili ya jukumu lake la baadaye. Siku moja Daudi atakuwa mfalme. Siku moja mchungaji wa kondoo atakuwa "mchungaji" wa taifa. Mafunzo yalihitajika kabla ya kupandishwa cheo. Mambo mengi ambayo Daudi alijifunza yalitokana na maisha yake kukutana na mtu aliyeitwa Mfalme Sauli. Sauli alisaidia katika kukuza uadilifu wa Daudi.

Je, unakumbuka simulizi la Daudi na Goliathi? Hapo mwanzoni, Daudi alijaribu kukabiliana na Goliathi akiwa amevalia mavazi ya kivita ya Sauli. Lakini aligundua, "Siwezi kwenda nikiwa nimevalia mavazi haya kwa sababu sijayazoea." Aliamua kuwa yeye mwenyewe na kufanya kazi na kile alichokuwa amethibitisha kuwa kinamfaa. Hakuna faida katika kuvalia mavazi ya kivita ya mtu mwingine. Tukijaribu kuwa mtu mwingine badala ya sisi wenyewe, hilo hutufanya tuhisi hatuko katika hali yetu ya kawaida na tunatatizika.[107] Uhalisi ndio ufunguo wa mafanikio. Oscar Wilde alisema, "Kuwa wewe mwenyewe; kila mtu mwingine tayari ameshachukuliwa!"[108] Una ufanisi zaidi unapokuwa wewe mwenyewe.

Muda fulani baada ya Daudi kulishinda lile jitu Goliathi, Mfalme Sauli aliwaagiza watumishi wake wamtafute mwanamuziki hodari ambaye anaweza kucheza muziki katika ikulu yake. Ndipo akajibu mmoja wa watumishi wake akasema, "Tazama, nimemwona mwana mmoja wa Yese, Mbethlehemi, aliye stadi wa kupiga kinubi, tena ni mtu shujaa, hodari wa vita, anenaye kwa busara, mtu mzuri, ambaye BWANA yu pamoja naye." [109] Tazama sifa zake. Je, unaona mchanganyiko usio wa kawaida wa ujuzi? Hizi ni sifa tofauti sana, lakini

zote ni za mtu mmoja. Kila mtu ana mchanganyiko wa kipekee wa vipawa na ujuzi. Mfano mzuri ni mwili wa mwanadamu.

> "...Bali Mungu amevitia viungo kila kimoja katika mwili kama alivyotaka...jicho haliwezi kuuambia mkono, Sina haja na wewe; wala tena kichwa hakiwezi kuiambia miguu, Sina haja na ninyi. Bali zaidi sana vile viungo vya mwili vidhaniwavyo kuwa vinyonge zaidi vyahitajiwa zaidi. Na vile viungo vya mwili vidhaniwavyo kuwa havina heshima, viungo vile twavipa heshima zaidi."[110]

Taadhima hufurahia tofauti za kibinafsi. Inakumbatia sifa za kipekee za kila mtu. Inakubali kwamba sifa au ujuzi ambao unaweza kuonekana ni wenye umuhimu mdogo zaidi mara nyingi ndio unaohitajika zaidi. Je, tunaweza kumudu kutomwonyesha taadhima yule anayeonekana kuwa na umuhimu mdogo

zaidi? Nani anaweza kukadiria thamani ya mtu kwa msingi wa umri, jinsia, kabila, elimu au afya?

Taadhima Hutia Nguvu

Springbok ni aina ya paa anayefanana na swara na kwa kawaida huwa macho sana dhidi ya wanyama wanaomwinda. Lakini, nakumbuka nikitazama kipindi cha wanyamapori lililoonyesha springbok wawili wakipigana. Wakiwa wamezama katika vita vyao, hawakumwona simba akiwavizia hapo karibu, akijiweka tayari kuwashambulia. Ukosefu wa taadhima huzua ugomvi na kuchochea kutoelewana na kiburi. Ubatili ulisababisha kuangamizwa kwa Mfalme Sauli. Punde aliposhikwa na kiburi, kilimpofusha. Daudi alipopewa taadhima, hiyo ilimfadhaisha mfalme hadi ikamchochea kuwa na mwenendo usio wa busara.[111]

Sauli alipokuwa akitafuta kumwangusha Daudi, mwanawe Yonathani akawa rafiki mwaminifu wa Daudi. Kadiri mfalme alivyozidi kuendelea na uhasama wake dhidi ya Daudi, ndivyo uaminifu wa Yonathani ulivyozidi kuongezeka. Usaidizi wa Yonathani ulimpa Daudi ujasiri aliohitaji. Msimulizi anasema, "Roho ya Yonathani, ikaambatana na roho ya Daudi, Yonathani akampenda kama roho yake mwenyewe."[112]

Kama tendo la taadhima, Yonathani alivua vazi lake la kifalme na kumpa rafiki yake. Tendo hilo la ujasiri liliimarisha tumaini la Daudi. Mwanamfalme huyo alimwonyesha Daudi kibali kwa ujasiri kwa kujitambulisha naye waziwazi. Kufanya hivyo kulihitaji uamuzi wa kimakusudi ambao ulimweka katika hatari ya kubaliwa na hasira ya Sauli. Yonathani alipomwonyesha Daudi taadhima, taifa zima lilifuata mfano wake.

Daudi alijifunza kutokana na ukarimu mkubwa wa rafiki yake. Daudi akawa mmojawapo wa wafalme wakarimu zaidi waliowahi kutawala Israeli. Uwezo wake wa kuonyesha wanadamu na Mungu taadhima unatokana na ushawishi wa ukarimu ambao Yonathani alimwonyesha hapo awali. Miaka mingi baadaye, Daudi aliuliza, "Je! Amesalia mtu mmoja katika nyumba ya Sauli, nipate kumtendea mema kwa ajili ya Yonathani?" Siba alimjibu mfalme, "Yonathani anaye mwana hata sasa, aliye na kilema cha mguu."[114] Daudi alimwalika mwana wa Yonathani aliyekuwa mlemavu akae katika ikulu yake na akamwandalia mahali maalum kwenye meza yake. Alimwonyesha taadhima mwana wa Yonathani aliyekuwa kilema mbele ya taifa. Tunapotoa muda, vipawa au fedha zetu kwa wengine, tunawapa thamani.

Taadhima Hulinda

Kichaa cha Mfalme Sauli kilimlazimisha Daudi kukimbia kutoka kwenye ikulu. Kuna miaka ambapo Daudi alipiga hema lake nyikani ili tu kuishi

mbali na Sauli kwa ajili ya usalama wake. Daudi alipokuwa akiishi nyikani, kundi la wapiganaji hodari lilimzunguka. Mwandishi wa matukio hayo anawaeleza wapiganaji hao kuwa na nyuso za simba na miguu

miepesi kama kulungu juu ya mlima.*115*Marafiki hao walisimama kando yake kama ukuta wa ulinzi unaomlinda. Walimtia moyo. Marafiki huonyeshana taadhima kwa kusimama pamoja. Wanaume na wanawake waadilifu husaidiana wanapopambana na ufisadi. Uaminifu hutuhamasisha kusimama bega kwa bega kwa ajili ya kusudi moja. Ukosefu wa taadhima huruhusu watu kuondoa usaidizi wao, hasa wakati wa shida.

Tunakuwa bora zaidi tukiwa pamoja. Mwanajeshi anayesimama peke yake hujiweka hatarini. Daudi na wenzake walionyeshana taadhima. Tunahitaji watu wa kusimama nasi na kushikilia ngao kwa niaba yetu. Katika vita kwa ajili ya uadilifu, ni bora kukabiliana na mzozo pamoja. Kama wapiganaji wa Sparta, wapiganaji wa Daudi walishika ngao zao na wakisimama bega kwa bega. Inua ngao yako. Simameni mkiwa mmeshikana pamoja. Kadiri vita vinavyozidi kuwa vikali, ndivyo tunavyohitajiana zaidi.

Taadhima Hufanya Makabiliano Yawe Salama

Kwa kulinda uadilifu wake, Daudi alijenga daraja kwenye pengo lililokuwa likizidi kuongezeka kati yake na mfalme Sauli. Uadilifu wake usiokoma ulimpa kibali mbele ya taifa lililokuwa likimtazama. Na katika nyakati adimu ambapo Sauli alikuwa na akili timamu, uaminifu wa Daudi ulimfanya apate tena kibali cha mfalme huyo. Siku moja, maisha ya Sauli yalikuwa mikononi mwa Daudi. Daudi angeweza kumuua mfalme huyo, lakini badala yake, alikata kisiri upindo wa vazi la Sauli, kisha akaondoka. Katika utamaduni wa taadhima, vazi la mwanamume liliashiria utambulisho na mamlaka. Kitendo hicho cha Daudi kilikuwa ni kama kusema, ufalme wako na ukatwe kutoka kwako. Kitendo hicho kilifungamana na tukio lingine la awali. Daudi alielewa vyema umuhimu wa kukata pembe kutoka kwenye vazi la Sauli. Miaka mingi hapo awali, Sauli alipuuza maagizo mahususi ya Samweli. Matokeo yake, Samweli alikutana na Sauli na kumwambia, "umekataliwa kama mfalme." Samweli alipogeuka ili aondoke, Sauli alishikilia vazi lake la kikuhani, na kipande kikararuka. Samweli alimgeukia mfalme huyo aliyekuwa amefadhaika sana na kutangaza, "ufalme wako umeraruliwa kutoka kwako na umepewa mwingine."

Baada ya kitendo hich kisicho cha busara, Daudi alihisi kuhukumika moyoni mwake. Alikuwa amekosa kumwonyesha taadhima mfalme wake. Hiyo haikuwa nia yake. Kwa hivyo, Daudi alimwendea mfalme, na kwa unyenyekevu akakiri jinsi alivyojizuia kumuua mfalme wake. Kisha akainua kipande alichokuwa amekata kutoka kwenye vazi la Sauli. Kwa kitendo hicho Daudi alitangaza, "Mkono wangu hautakuwa juu yako."*116* Mimi ni mtumishi wako sasa na siku zote. Unaweza kuniamini kuwa nitakuonyesha taadhima.

Taadhima Huweka Mipaka

Uhasama wa Mfalme Sauli ulitishia uhai maisha ya Daudi. Ili kuepuka hatari, Daudi aliweka mipaka. Fikiria mtumishi akimwekea mipaka mfalme mwenye mamlaka. Ikiwa Daudi angekosa kuweka mipaka mwafaka, angenaswa na hila za Sauli. Mfalme hakuweka mipaka mwafaka, hivyo mvulana huyo mchungaji alilazimika kuiweka. Itifaki haikuruhusu mtu aliye chini kumwekea mipaka mtu mwenye mamlaka. Hata hivyo, sifa nyingine za tabia ya uadilifu, yaani taadhima, ukweli, uaminifu, ushawishi na uhalisi zilimhamasisha Daudi kuchukua hatua. Wafalme na wachungaji wote wanahitaji mipaka. Kila mtu anahitaji mahali salama pa kutulia, kujazwa nguvu mpya na kujituma upya. Kwa kuweka mipaka ya wazi, Daudi alistawi katika hali ngumu.

Tazama kile mwanahistoria anaandika kufuatia Sauli kuondoa shambulio lake dhidi ya Daudi. "Basi, Daudi akaenda zake; Sauli naye akarudi kwao."*117* Daudi alikataa kubadili mipaka yake kwa sababu, kwa wakati huo, mzozo ulionekana umetatuliwa. Aliendelea kumwonyesha Mfalme Sauli taadhima lakini aliendelea kukaa mbali naye kwa ajili ya usalama wake. Msamaha ulifungua mlango wa urejesho, lakini hadi wakati Sauli atashinda hasira yake, Daudi alilinda mipaka yake.

Je, kuweka mipaka ya kibinafsi kunawakosea wengine taadhima? Inaweza kuonekana hivyo, lakini ni kinyume chake. Kwa kuweka mipaka, unawaonyesha wengine taadhima na wakati huo huo unalinda hadhi yako. Kwa kuonyesha mipaka yako, huwasukumi watu mbali na wewe, lakini unathibitisha kwamba uhusiano wako unategemea kuheshimiana. Mipaka huwezesha mahusiano bora.

Hata hivyo, watu wanaweza kutatizwa na mipaka unayoweka. Wataijaribu. Wakati mwingine watajaribu kuipuuza. Hilo linapotokea, utakuwa unakabiliwa na suala la ukosefu wa taadhima. Kwa ujumla, unapoonyesha kuwa una mipaka thabiti isiyobadilika, watu wataikubali. Mipaka mizuri hufanya majirani wakawa bora zaidi.

Je, unaamuaje mipaka utakayoweka katika utamaduni ambapo mawasiliano ni ya moja kwa moja? Kwanza, unahitaji kutambua mahali ambapo unahitaji nafasi au kujiheshimu. Anza mchakato huu kwa kutambua ni wapi na ni wakati gani unahisi kutishiwa, kufadhaika, kudhulumiwa au kukerwa. Je, kuna nyakati ambapo mtu amevuka mipaka yako mwafaka? Fahamu kuwa hali fulani zinaweza kuhitaji mipaka dhahiri zaidi. Onyesha mipaka yako. Mipaka husaidia kuunda mazingira salama.

Mipaka katika utamaduni ambapo mawasiliano hayafanywi moja kwa moja husaidia mtu kusisitiza utambulisho wake binafsi katika utambulisho wa pamoja. Watu binafsi hujifunza kujitofautisha katika kikundi bila kujitenga na kikundi. Njia zisizo za moja kwa moja za kuingilia kati huruhusu mipaka. Mipaka mwafaka huleta taadhima na hutumika kuimarisha kikundi.

Taadhima Huwekeza Katika Kizazi Kijacho

Inaweza kuwa jambo la kutia wasiwasi kwa viongozi kukaribisha kizazi kijacho cha viongozi katika nyanja zao za ushawishi. Viongozi wengi vijana hutatizika kupata mtu ambaye atawekeza kwao na kuwashauri. Katika toleo la kwanza la Mwongozo wa cli, Don Mann alisimulia kuhusu wakati alipokutana na kikundi cha viongozi 45 wanaowakilisha nchi 14 za Afrika wakisimamia zaidi ya watu 8,000,000. Don alipowauliza, "Mnaogopa nini kuhusu urithi na kupitisha hatamu za uongozi kwa kizazi kijacho cha viongozi?" walisema:

> Tunaogopa watafanya makosa.
> Tunaogopa wakuwa bora kutushinda. Tunaogopa watabadilisha maono yetu. Tunaogopa kupoteza usalama wa kifedha.
> Tunaogopa kupoteza heshima na ushawishi.*118*

Daudi alielewa kwamba kama angemwonyesha taadhima Yese, baba yake, Mfalme Sauli, baba yake wa kisiasa na Samweli, baba yake wa kiroho, atarithi mustakabali bora zaidi. Ikiwa kizazi kijacho kitawonyesha taadhima wale walio na mamlaka sasa, wakati wa kubeba mzigo wa majukumu ukiwadia, wao pia wataonyeshwa taadhima. Kwa kawaida, wale wanaoonyesha taadhima nao wataipokea. Unavuna kile unachopanda.

Nilifundishwa kuwaonyesha taadhima baba na mama yangu. Kama mvulana, nilijifunza taadhima ni mojawapo ya amri kumi. Wakati mwingine wazazi wangu walinikumbusha kuwa amri hiyo ina ahadi: "Waheshimu baba yako na mama yako; siku zako zipate kuwa nyingi katika nchi..."*119* Unaelewaje maneno 'katika nchi'? Acha nipendekeze kuwa nchi yako ni biashara, shule, nyumba, kanisa au ofisi yako.

Daudi aliwaonyesha baba zake taadhima lakini hakuwaonyesha wanawe taadhima. Kinyongo kilicholeta madhara kilitokea kati ya Mfalme Daudi na mwanawe Absalomu. Hali hiyo ilizidi kuwa mbaya hadi ikawa mojawapo ya mizozo mibaya zaidi ya kifamilia katika historia. Kwa sababu ya hali hiyo, migawanyiko, udanganyifu, njama, migogoro na dhiki vilikithiri katika familia ya kifalme ya Israeli. Kwa nini hali hiyo ilitokea? Chanzo kikuu kilikuwa ni ukosefu wa taadhima. Hatimaye, mzozo huo wa kifamilia ulitishia taifa zima. Simulizi hilo linaonyesha uhasama kati ya baba na mwanawe. Biblia imetumia sura nyingi kusimulia mzozo huo uliokuwa ukizidi kuwa mbaya kati ya wawili hao. Kwa nini maandiko yanazingatia sana jambo hilo? Kwa sababu ukosefu wa taadhima huleta maangamizi. "Ukosefu wa taadhima huleta laana ya kufisha na taadhima huleta baraka ziletazo uhai."*120*

Taadhima huwawezesha wazazi na mababu na nyanya kusaidia kizazi kijacho kufikia uwezo wao. Katika familia zilizostawi, watoto huwaonyesha taadhima wazazi wao na wazazi huwaonyesha taadhima watoto wao. Wanaonyeshana taadhima wanapozungumza wao kwa wao. Kuonyeshana taadhima hakuhakikishii mafanikio bali kunakuza mazingira ambapo mafanikio yanaweza kutokea.

Ikiwa wazee watawachukulia vijana kama watu wasio na uzoefu, wasio na uwezo au au watu amabo hawajakomaa, watawasaidiaje kutimiza uwezo wao? Ikiwa wazee hawatawakabidhi vijana majukumu, vijana watakuwaje tayari kushughulikia majukumu ya baadaye? Akina baba wahimize vizazi vinavyochipuka kutekeleza majukumu yao katika kazi za viwanda, utawala wa serikali, elimu, imani na maisha ya familia. Vijana si tu kundi la watoto ambao hawajakomaa. Kila kizazi kinahitaji kingine. Anzisha msingi wa taadhima katika mahusiano kati ya vizazi. Kama akina baba na akina mama waandaeni, watieni moyo na wawezesheni watoto wenu. Kuwa kijana kunakusudiwa kuwa wakati mzuri wa kujifunza na kukua.

Lakini je kama mzazi ana kijana mkaidi? Je kama wazazi wamewadhulumu au kuwatelekeza watoto wao? Ukijikuta katika mojawapo ya hali hizo, kumbuka simulizi la Daudi na

Sauli. Usimpuuze mtu husika. Endelea kuwapenda na kuwaonyesha taadhima wanafamilia wako. Ukosefu wa heshima utachochea hali zitakazoleta madhara. Taadhima hulinda tumaini la mabadiliko. Je, kuonyesha taadhima huimarisha tabia mbaya?

Je, ukosefu wa taadhima husaidia kuhamasisha tabia bora? cli inahimiza washiriki wote wasimame na mtu aliyeshindwa. Hatuwakatai au kuwatendea kama watu waliotengwa. Badala yake, wasaidie kupata urejesho. Uamuzi mmoja mbaya haupotezi uwezekano wa kuishi maisha yenye uadilifu. Tabia bora inaweza kurejeshwa!

Taadhima Huwajenga Upya Waliovunjika

Huenda hakuna simulizi linaloonyesha tumaini la urejesho kwa njia bora kuliko simulizi la Bathsheba. Ni simulizi la kupokonywa taadhima na kurejeshewa taadhima. Bathsheba hakuwa anaoga nje ili kumvutia mfalme Daudi. Alikuwa anazingatia kanuni za usafi za Agano la Kale. Kwa vile Daudi alimpa Bathsheba mimba, tunajua alikuwa anaachilia mayai yake wakati huo. Mayai huachiliwa wiki moja baada ya hedhi kukoma, hivyo Bathsheba alikuwa anaoga wiki moja baada ya hedhi ambao ndio wakati ambapo sheria ya Kiyahudi ilimhitaji mwanamke aoge kiibada. Simulizi hilo linasema, "Maana yule mwanamke amekwisha kutakasika unajisi wake"*121.* Maelezo hayo yanawatahadharisha wasomaji makini kwamba kuna tatizo linalokuja. Wakati wa kuoga kiibada ulikuwa ni wakati ambapo mimba zinatungwa.

Kitendo hicho cha Bathsheba cha kuoga kiibada kilikuwa ni kitendo kilichopaswa kufanywa na mwanamke mwenye tabia bora, si kitendo cha kiponografia cha mtindo wa Hollywood. Maandiko hayasemi kuwa alikuwa anaoga akiwa uchi; huenda alikuwa amejifunika kwa kiwango fulani na alikuwa anaoga kwa kutumia maji yaliyokuwa kwenye bakuli.

Bathsheba bado alikuwa kijana mdogo. Ikizingatiwa kuwa alikuwa na umri wa kutosha kuolewa lakini bado hakuwa na watoto, kuna uwezekano alikuwa na umri wa kati ya miaka 16 na 19 na huenda alikuwa ndio amerejea tu kutoka kwenye fungate yake. Nabii Nathani alimwita "mwana-kondoo jike mdogo." Akiwa mwanamke mchanga, huenda hakuweza kukataa ushawishi wa mfalme.

Ingawa alikuwa mwathiriwa asiye na hatia, bado alihisi kuaibika.

Nathani alipomkabili Daudi, hakusema wala hakudokeza jambo lolote kuonyesha kuwa Bathsheba alikuwa na makosa. Nabii alimnyooshea Daudi kidole cha lawama moja kwa moja. Ndani ya mwaka mmoja, Bathsheba alipata hasara tatu muhimu: usafi wake, mume wake na mwanawe mzaliwa wa kwanza. Hasara hizo zilikuwa kubwa, hasa kwa mwanamke mchanga ambaye sasa lazima apambane na aibu na hatia. Alikuwa amehuzunishwa sana na kifo cha mume wake. Pamoja na majonzi hayo aliona aibu. Ujauzito wake yamkini ulifanya ahahukumiwe na wengi na asiheshimiwe na mtu yeyote.

Baada ya tukio la kufedhehesha na Daudi, Bathsheba alirudi polepole katika mahali pa taadhima. Miaka mingi baadaye, Daudi alipokuwa anakufa, Bathsheba alichukua hatua za busara ili kuhakikisha mwanawe Sulemani anarithi kiti cha enzi kama alivyoahidiwa. Baada ya Sulemani kuwa mfalme, aliweka kiti cha enzi cha pili kando yake. Bathsheba akaketi mkono wake wa kuume.*122* Mfalme akamrudishia taadhima yake. Ingawa mume wake, mfalme wa awali, alikuwa amemvua taadhima yake, mfalme wa sasa alimwonyesha taadhima kubwa.. Aliacha kubeba aibu ya msichana mchanga aliyelazimishwa kujamiiana na mfalme na akaketi mkono wa kuume wa mfalme, kama Mama Malkia.

Katika maisha yake, Mfalme Sulemani aliandika vitabu vitatu; Mithali, Mhubiri, na Wimbo Ulio Bora. Vyote ni vitabu vya hekima. Kila kitabu kinatoa maelezo zaidi juu ya neema za Bathsheba. Nyimbo za Sulemani zinaonyesha jinsi mfano wake katika ndoa ulivyomwongoza, kwani alikuwa "amevaa taji alilovikwa na mamaye."*123* Katika Mithali, Mfalme Sulemani anaandika kwa upendo mkubwa kwa ajili ya mafundisho ya mama yake.*124* Ingawa tunathamini kwamba hekima ya Sulemani ilikuja kama zawadi kutoka kwa Mungu, kwa kiasi kikubwa matumizi yake ya maarifa yalitoka kwa mama yake.

Likiwa limefichwa katika maelezo ya ukoo wa Masihi wa Israeli, tunagundua jina lake limetajwa hapo, taadhima ya mwisho aliyopewa Bathsheba.*125* Msichana ambaye wakati mmoja alikuwa ametiwa doa na aibu sasa anainuliwa na kupewa taadhima ya kitaifa. Alishinda maumivu, dhuluma, kushindwa na aibu. Simulizi lake la urejesho wa taadhima linatoa matumaini kwa wote.

Nguzo ya Ukweli

Ukosefu wa uaminifu sio sera inayokubalika.
Uaminifu ndio sera bora.

Uadilifu unatoa msingi wa kuzingatia ukweli.

Je, unafahamu neno alkemia? Kama taaluma ya enzi ya kati iliyotangulia kemia, wanaalkemia walikuwa na dhana kwamba wanaweza kubadilisha vitu kama vile risasi au shaba kuwa dhahabu. Wanaalkemia walipendekeza kwamba mchakato unaobadilisha risasi kuwa dhahabu pia ilitoa dawa inayoweza kuponya magonjwa yote. Alkemia ni mojawapo ya madai makubwa ya uwongo kuwahi kuenezwa katika historia.[126]

Aina nyingine ya alkemia inapatikana leo. Katika aina hii mpya, wanaalkemia wanapendekeza kuwa wanaweza kubadilisha ufisadi kuwa wema na kugeuza uovu kuwa tiba ya ulimwengu wote. Ni ulaghai! Mnamo 2016 neno la kimataifa la kamusi za Kiingereza za Oxford lilikuwa "post-truth," yaani "kutozingatia ukweli halisi." Ufafanuzi wa neno la Kiingereza "post-truth" ni: "kile kinachohusiana na au kuashiria hali ambapo ukweli halisi una ushawishi mdogo kuliko maoni ya umma na ukweli unategemea hisia na kile ambacho mtu anaamini kibinafsi."[127] Ufafanuzi huu unamaanisha kuwa

katika enzi ambapo ukweli halisi hauzingatiwi, mitazamo ya watu inaunda hali halisia na kile wanachoamini kuwa ni mibadala inayokubalika. Mtazamo wa kutozingatia ukweli halisi huthamini silika au matarajio kuliko ukweli halisi. Je, mtazamo wa kutozingatia ukweli halisi utabadilisha risasi ya ufisadi kuwa "dhahabu" ya uadilifu? Kumwita bata tai hakufanyi bata awe tai.

Kujaribu kubadilisha maoni kuhusu ufisadi hakufanyi ufisadi uwe kitendo sahihi. Wala nia njema haiwezi kubadilisha asili ya msingi ya ukosefu wa uaminifu.

Acha nikupe mawazo machache kuhusu wakati jambo fulani ni uwongo;

> Kukosea si kusema uwongo; kusema uwongo ni kutoa kauli kwa nia ya kudanganya.
> Kusema jambo ambacho si sahihi si kusema uwongo; kusema uwongo ni kusema maneno ya kupotosha au yasio kweli kwa makusudi.
> Kuwa na ukweli usio kamili si kusema uwongo; uwongo ni kuficha ukweli na kupotosha.
> Kuonyesha hali isiyo ya kweli au ya kupotosha ni uwongo.
> Kuongeza uwongo kwenye ukweli, kutia chumvi au kubuni kauli ni uwongo.
> Kusema jambo moja kisha kufanya lingine ni unafiki, ambao ni aina ya uwongo.

Kamusi ya Oxford inasema, "ukweli ni kile kinachoambatana na uhalisia. Ni jambo halisi, kauli au kanuni iliyothibitishwa au isiyopingika." Visawe vya ukweli ni; uaminifu, uhalisi, uadilifu, usahihi na uhakika."*128* [1]

Ninaamini kwamba ulinzi, raha, rasilimali, mamlaka, cheo au umiliki wowote uliopatikana kwa ulaghai unaweza kudumishwa kwa muda mfupi tu. Ukosefu wa uaminifu ni kama kujenga nyumba yako kwenye udongo. Dhoruba ikija, haitasimama. Ufisadi si msingi hata kidogo. Uadilifu ndio mwamba unaoweza kusimama juu yale.*129* Ukweli ndio msingi wa uadilifu.

Tunaposema uwongo, tunalazimika kuukumbatia uwongo wetu na kuutetea kwa tabia, akili na usemi wetu. Uwongo hutuweka utumwani. Watu waongo wamechagua kuwa waongo.

Tunapokabiliwa na hali ambapo maneno au matendo yetu yenye kuumiza yanafichuliwa, silika hutuambia tuseme uwongo au

tufiche ukweli, tufanye chochote kinachohitajika ili kujilinda. Hofu ya kufichuliwa kwa mapungufu yetu, kutokuwa na uwezo au ukosefu wetu wa uadilifu inatosha kutugeuza kuwa waongo na hivyo tunakiuka hadhi yetu wenyewe.

Kuna simulizi la kihistoria la kusisimua la kamanda wa kijeshi anayeitwa Yoshua, ambaye anaongoza uvamizi ili kurejesha ardhi iliyomilikiwa na mababu zake. Maskwota waliokuwa wakiishi katika eneo hilo walionekana kutokuwa na uwezo wa kukabiliana na jeshi la Yoshua. Hata jiji muhimu na lenye kuta imara zaidi lilitekwa kwa sababu ya nguvu ya wavamizi hao. Kwa sababu hiyo, wafalme watano waliunda muungano wakitumaini kwamba majeshi yao yalioungana yataweza kushinda majeshi ya Yoshua. Ufalme mdogo wa eneo hilo unaoitwa Gibeoni ulitambua kuwa jeshi lake halingeweza kupambana na majeshi yaliyokuwa yanakuja kutekeleza uvamizi. Ili kujiokoa, walibuni mbinu ya udanganyifu, wakitumaini kuwa wataepuka uangamizo. Wanaume jasiri walijidai kuwa wasafiri kutoka mbali. Walifika kwenye kambi ya Yoshua wakiwa wamevaa viatu vilivyopasuka na nguo zilizochanika na wamebeba vipande vikavu vya mkate kama chakula. Waliingia kwenye kambi ya kijeshi wakidai kwamba walikuwa wamesafiri kutoka nchi ya mbali wakiwa na nia moja, kufanya mapatano na Yoshua.*130*

Walimwambia Yoshua, "Watu wetu wamesikia juu ya ushindi wako mkubwa. Kwa hivyo, viongozi wetu wametutuma katika misheni ya kukuomba ufanye agano na sisi. Mkate ulikuwa mwingi na moto tulipoondoka. Nguo na viatu vyetu vilikuwa vipya." Yoshua hakuchunguza madai yao ya uwongo wala hakumuuliza Mungu.

Badala yake, alikubali ushahidi wao wa uwongo kuwa wa kweli. Ujanja huo ulifaulu, Yoshua alitia saini haraka mapatano yaliyowahakikishia Wagibeoni kwamba Waisraeli hawatawashambulia na ikiwa Gibeoni itashambuliwa, Israeli itawalinda.

Siku tatu baada ya kutia saini mapatano hayo na Wagibeoni, Yoshua alipata habari kwamba wajumbe hao walikuwa majirani wa karibu. Yoshua alishikwa na hasira. Silika yake ilimsukuma kuwakusanya wanajeshi wake na kuwaangamiza Wagibeoni hao wote! Lakini uadilifu ulimzuia. Atatimiza ahadi yake hata wakati wengine wametumia udanganyifu kwa makusudi. Ukosefu wa uaminifu wa Gibeoni haukuhalalisha kulipiza kisasi.

Wagibeoni watapata madhara gani? Madhara makubwa yalikuwa yanawangoja. Taifa hilo zima likawa watumwa waliolazimishwa kufanyia Yoshua na kizazi chake kazi za chini zaidi. Ni kweli, uwongo huweka watu utumwani.

Nguzo ya Ukweli inathibitisha kwamba kuangamizwa kwa ufisadi kutahitaji kuchukuliwa kwa hatua kamilifu. Hakuna ukweli nusu unaoweza kuwa ukweli. Wagibeoni walitarajia kuficha uwongo wao kwa muda gani? Ufisadi hatimaye hufichuliwa. Katika kisa hiki haikuchukua muda mrefu kwa ujanja huo kufichuliwa.

Hata hivyo, matokeo makubwa yalimngojea Yoshua kwa sababu aliamini uwongo huo. Je, unajua kilichotokea baadaye? Kabla Wagibeoni kuhama, muungano wa wafalme uliwashambulia. Wakiwa wamefadhaika sana, watu wa Gibeoni wakamlilia Yoshua, wakisema, "Usituache! Njoo utuokoe!" Nina hakika alihisi msukumo mkubwa kukataa kuwasaidia, lakini kwa mara nyingine tena uadilifu wake uliingilia kati. Jeshi lake lilitembea usiku kucha ili kwenda kulinda Wagibeoni. Siku iliyofuata, majeshi ya Yoshua yalishinda muungano wa wafalme hao. Jambo la kustaajabisha ni kwamba ushindi huo ulipatikana kwa siku moja, kwa kuwa Mungu aliwaonyesha Yoshua na watu wake taadhima kwa sababu ya uaminifu wao na kwa kuwa walizingatia ukweli.

Katika kitabu chake kizuri sana kuhusu uadilifu, mwanasaikolojia Henry Cloud anasema:

> "Kusema ukweli ni sehemu ya kwanza ya kuwa na mwelekeo wa ukweli. Sisi sote tunatamani kuwa na watu waaminifu. Ukweli wa kusikitisha ni kwamba wengi husema uwongo.

> Kwa kweli, kulingana na jinsi tunavyoifafanua, wengi wetu husema uwongo, wakati mwingine, kwa namna fulani… Wakati mwingine tunataka watu wahisi vizuri, hatutaki kuwaumiza, hatutaki watukasirikie. Lakini, ukweli ni kwamba watu wengine wazuri watasema uwongo ikiwa kufanya hivyo kutawasaidia."[131]

Sisi sote hukabiliwa na changamoto ya mara kwa mara ya kusema ukweli. Kukubali kuwa huwa tunakabiliwa na jaribu hilo ndio mwanzo wa kuharibu mienendo ya ndani ambayo hutuangusha. Wakati mwingine uwongo mbaya zaidi husemwa kwa ukimya.

Wakati mwingine ukweli nusu husababisha udanganyifu wenye madhara makubwa. Ukweli nusu ni uwongo. Kukuza sifa ya kuwa mtu anayezingatia ukweli kunahusisha kuwa na nidhamu ya kibinafsi. Tunaweza kukuza sifa ya uaminifu lakini inachukua muda, kujifuatilia mwenyewe na hata kuwajibishwa na wengine. Mwishowe, kutia juhudi katika kuzingatia ukweli huleta thawabu kubwa.

Ukosefu wa uaminifu hudhoofisha msingi unaotolewa na Nguzo nyingine tano za Uadilifu. Mtu wa kwanza tunayemdanganya tunaposema uwongo ni nani? (Uhalisi) Je, uwongo unaathirije kujithamini kwetu? (Hadhi) Tusipokuwa waaminifu tutaaminika? (Uaminifu) Je, uwongo una athari gani kwenye mahusiano na uongozi? (Ushawishi) Kwa nini tunadhani kusema uwongo kunaweza kumletea mtu taadhima? (Taadhima) Uwongo huathiri kwa njia mbaya yule anayesema uwongo na yule anayedanganywa.

Nikiwa mvulana, wazazi wangu walinifundisha kwamba ukweli huhamasishwa na upendo ilhali kusema uwongo kunatokana na hofu. Najua msemo huo ni kweli. Hata hivyo, nimegundua kuna vishawishi vingi

vya kusema uwongo vyenye msukumo mkubwa kando na kishawishi cha msingi cha hofu. Uwongo mwingine husababishwa na kutaka kurahisisha mambo, kupata faida ya kifedha, hisia ya kuwa mwenye hatia, aibu, hamu ya kukubalika, raha au shinikizo la utendakazi bora. Tulia kidogo na ufikirie, "Ni mambo gani fiche au vishawishi gani vikali vinakushawishi kusema uwongo?"

Ukweli Husaidia Kutatua Matatizo

Kujua ukweli ni muhimu. Kama Yoshua angejua ukweli, simulizi la Wagibeoni lingechukua mwelekeo tofauti kwa wote. Jambo la kusikitisha ni kwamba watu wana uwezo mkubwa sana wa kujidanganya. Tunapenda kujiambia mambo mazuri iwezekanavyo. Inaweza kuwa vigumu kukubali ukweli. Mwanadamu kwa asili yake ana tabia ya kukwepa ukweli. Hata hivyo, ikiwa hatujui ukweli kuhusu tatizo fulani, hatuwezi kulitatua. Ikiwa hujui kuhusu hali fulani ya kiafya huwezi kuiponya; ikiwa hujui kuhusu kosa fulani la uhandisi huwezi kulirekebisha; ikiwa hujui gharama halisi ya mradi fulani, unawezaje kuufadhili?; na ikiwa huoni ukweli unawezaje kutenda ipasavyo? Ukweli hutatua matatizo.

Ukweli pia hukuwezesha kuepuka matatizo na kukabiliana na hali ngumu. Nilikuwa na rafiki ambaye alikuwa muuzaji wa magari yaliyotumika. Wauzaji wa magari yaliyotumika wana sifa mbaya ya kutokuwa waaminifu. Kama jaribio, rafiki yangu alibandika kwenye dirisha la gari orodha inayoonyesha matatizo yote ya kiufundi ya gari husika yanayojulikana na kampuni. La kushangaza, uaminifu wake uliwavutia wateja na ukasababisha mauzo zaidi. Watu walipendelea kujua ukweli kuhusu kile ambacho watatarajia baadaye, hata kama hakikuwa kizuri. Kwa nini uepuke ukweli?

Abraham Lincoln alisema, "Nina imani thabiti katika watu. Wakipewa ukweli wanaweza kutegemewa kukabiliana vilivyo na tatizo lolote la kitaifa. Kilicho muhimu ni kuwapa ukweli."[132] Ukweli hutia nguvu, ukweli hutia moyo, ukweli huelimisha na ukweli hustawisha. Ninapoandika mwongozo huu, Canada inapambana na janga la "virusi vya korona." Wakati wa janga la Covid-19, kadiri mawasiliano ya viongozi wetu yanavyokuwa ya kweli na wazi zaidi ndivyo maarifa yao yatakavyotoa ulinzi zaidi. Mwitikio wetu kama watu ulidhihirisha ufahamu wetu

wa ukweli. Baada ya kuambiwa ukweli, mwitikio wetu wa

kitaifa ulipunguza idadi ya maambukizi na kuokoa maisha ya watu mengi. Labda baada ya janga hilo kuisha raia wa Canada watatafakari juu ya yale waliojifunza kuhusu nguvu ya ukweli.

Ukweli Huathiri Nyanja Zote za Maisha

Tuseme baba ameahidi kumpeleka mwanawe kuvua samaki mwishoni mwa wiki. Mvulana wake anapenda kuvua samaki. Aliwaza kuhusu jambo hilo wiki nzima. Katika wiki hiyo, alitayarisha vifaa vyake vya uvuvi. Hatimaye jumamosi ilipofika, aliamka mapema, akiwa amesisimka sana. Asubuhi hiyo baba yake alimjia na kusema, "Mwanangu, jambo ninalohitaji kushughulikia limetokea, samahani, labda tunaweza kwenda kuvua samaki wakati mwingine." Kwa muda mfupi, mvulana huyo alisikitika sana, lakini alijua baba yake ni mtu mzuri na akajifariji kwa msingi wa ahadi yake kwamba wataenda kuvua samaki wakati mwingine. Alipokuwa akirudisha vifaa vyake vya uvuvi kwenye stoo, alimwona baba yake akiweka vigoe vyake vya kucheza gofu

kwenye gari la familia, kisha akaondoka kwa kasi. Je, maneno yanaweza kukomboa tabia ya baba yake? Uwongo aliosemwa na baba uliumiza, lakini matendo aliyotenda yaliangamiza. Maneno yako na matendo yako yanapaswa kuambatana. Ukweli hutimiza ahadi, hata wakati jambo fulani la kuvutia zaidi linajitokeza. Ukweli hutumiza majukumu.

Katika mfano wetu wa kihistoria, ujanja uliotekelezwa na Wagibeoni ulihusisha usemi na mwenendo wao. Kumshawishi Jemedari kulihitaji zaidi ya maneno. Nina hakika wawakilishi hao walifanya mazoezi ya hotuba yao, kutembea kwao na waliandaa vifaa vya kutekeleza udanganyifu wao. Ushahidi wa uwongo huhitaji nyanja zote za maisha zitumike ili kuunga mkono hadithi ya uwongo. Uwongo ulihusisha mengi zaidi ya maneno. Uwongo hauwezi kuwa maneno tu. Mara nyingi maneno hayatoshi; uwongo lazima uimarishwe.

Kwa nini watu huweka imani yao katika uwongo? Je, uwongo utawawezesha kuepuka adhabu, kupata thawabu ambayo hawangepata, kuvutia watu, kuepuka hali tatanishi, kutoumiza watu sana, kuepuka aibu, kuficha ukweli, kutoa suluhu ya muda mrefu au kudumisha udhibiti? Lakini uwongo hauwezi kutimiza kile inachoahidi. Ingawa ukweli haugharimu chochote, uwongo unaweza kugharimu kila kitu.

Mawasiliano bora yanahitaji uadilifu. Uwazi na wengine unatokana na kuwa wazi na sisi wenyewe. Watu waadilifu hawaogopi kusema ukweli hata wakati ukweli unauma. Wanasema ukweli kwa upendo na taadhima. Shelly-Bauer mwanzilishi wa kampuni ya *Integrity Based Communications* (Mawasiliano Kwa Msingi wa Uadilifu) aliandika, "Uadilifu una manufaa mazuri sana katika mawasiliano za uadilifu: ... Uadilifu unakuwezesha kuwa na mazungumzo tatanishi, unaongeza kiwango cha kupokea na kutoa maoni, unakuza kujiamini na uaminifu wa hali ya juu, unapunguza msongo wa mawazo na ni tabia ya timu zenye utendakazi wa hali ya juu."[133]

Ukweli ni Ngao Dhidi ya Hongo

Profesa mmoja wa chuo kikuu alikuwa peke yake katika ofisi yake akisahihisha mitihani wakati mtu alibisha mlangoni mwake. Mwanzoni, alishangaa, kwa sababu karibu kila mtu alikuwa ameondoka. Alipofungua mlango, kulikuwa na pandikizi la mtu mwenye hasira mlangoni. "Naomba kuingia?" alinguruma. Profesa huyo alirudi nyuma shingo upande ili mtu huyo aingie.

Baada ya wote wawili kuketi, mtu huyo alieleza kusudi la ziara yake. Baba huyo, alikuwa tu ndio ametoka kupata habari kuwa binti yake, ambaye alikuwa mwanafunzi katika darasa la profesa huyo, hakuwa anahudhuria masomo ipasavyo. Aidha, alipata habari kwamba binti yake hakuwa amefaulu mtihani wake wa mwisho. Baba huyo alieleza jinsi jambo hilo lilikuwa chanzo cha masikitiko na aibu kubwa. Alikuwa amekuja kwa matumaini ya kumshawishi profesa huyo amwonee huruma binti yake. Kisha, akasimama, akatembea hadi dirishani na akamkaribisha profesa huyo asimame kando yake. Akiinua mkono wake, alinyoosha kidole chake akikielekeza kwenye gari jipya aina ya Mercedes Benz. "Hizi hapa funguo, linaweza kuwa lako ikiwa utakubali kumuonea huruma binti yangu."

Akiwa amekasirishwa na hongo hiyo ya wazi, profesa huyo alimwambia mtu huyo aondoke mara moja. Baada ya mtu huyo kuondoka, ilimchukua muda kutuliza hisia zake. Alipokuwa akiendesha gari lake kwenda nyumbani, alifikiria, "Ingekuwaje kama ningepokea hongo hiyo?" Uamuzi huo mmoja ungesaliti uadilifu wangu. Alitambua kwamba Nguzo zote sita za uadilifu zingevunjwa kama angekubali hongo hiyo. Alifikiri:

> "Ningesaliti cheo changu na viwango vya chuo kikuu.
> Ningesaliti maadili yangu na kudhoofisha hadhi yangu.
> Ningelazimika kumsaliti mke wangu na kusema uwongo kuhusu jinsi nilivyopata gari hilo.
> Ningehitaji kubuni hadithi ya kuaminika ili kuelezea waadhiri wenzangu jinsi nilivyopata gari hilo.
> Ningekosa kuonyesha taadhima kwangu mimi mwenyewe, kwa mwanafunzi huyo, wanafunzi wengine na waadhiri wenzangu.
> Ningelazimika kutuliza dhamiri yangu iliyochafuka na kuchagua udanganyifu badala ya uhalisi."

Alipokuwa akitafakari faida zilizopatikana katika uadilifu wake, Toyota yake kuukuu ilitatarika kidogo. Ilikuwa ni kana kwamba gari lilithibitisha ubora wa uamuzi wake. Alikuwa ameridhika, huru na tayari kwa kesho.

Kutoa hongo ni mbinu inayotumiwa na wazazi wengi kuwafanya watoto wao waboreshe alama zao shuleni, wadumishe usafi katika vyumba vyao na wafanye kazi za nyumbani. Kwa nini kutoa hongo ni vibaya sana? Kutoa hongo hakudhuru mtu yeyote, siyo? Hata hivyo, kutoa hongo ni janga la kimataifa. Huku zaidi ya dola trilioni moja zikilipwa kama hongo kote duniani kila mwaka, ni wazi kuwa ufisadi ni janga la dunia nzima. Na ni tatizo kubwa kiasi kwamba sheria za kupambana nalo zimekuwa zikizidi kutungwa na zimezidi kuwa kali. Hata katika visa vya ufisadi vinavyoonekana havina madhara, kuna mtu anapata hasara. Watoto waliohongwa wanakuwa watu wazima wanaoishi maisha yao wakiuliza, "nitafaidikaje na hilo?" na wanakosa kufurahia starehe za kawaida za maisha.

Zawadi ni kitu cha thamani kinachotolewa bila kutarajia kupokea manufaa yoyote kama malipo; hongo ni kitu hicho hicho kinachotolewa kwa matumaini ya kupata ushawishi au manufaa fulani. Kutoa hongo ni kutoa kitu kinachotamanika au kitu cha thamani ili kupata kitu fulani kama malipo. Kumpa profesa wa chuo kikuu gari ili binti yako apewe alama ya kufaulu katika mtihani ni mfano mmoja wa kutoa hongo.*134*

Hoja za kijamii dhidi ya kutoa hongo ni za kuaminika sana. Jambo la kusikitisha ni kwamba mioyo ya watu wanaofaidika na utoaji wa hongo inaonekana haiwezi kupenyezwa na ukweli. Katika utamaduni wa ufisadi,

matajiri wanazidi kutajirika na maskini wanazidi kuwa masikini. Utoaji wa hongo huondoa uhakika wa kisheria, hudhoofosha kila nyanja ya utawala wa umma, hudhoofisha usalama, huruhusu mienendo isiyo salama huzuia maendeleo ya kiuchumi. Ucheleweshaji huongezeka kadiri watu wanaotaka kushiriki katika ufisadi wanaongezeka. Kampuni huathirika vibaya wakati uongozi unavumilia utoaji wa hongo. Viwango vya ubora hurudi chini wakati faida inakuwa muhimu zaidi kuliko vipimo vinavyohitajika. Kuhonga maafisa wa serikali ni kuibia umma. Katika hali mbaya zaidi, inaweka watu wasio na hatia gerezani na kuwawezesha wahalifu kuepuka kutiwa gerezani.*135*

"Kweli jeuri humpumbaza mwenye hekima, na rushwa huuharibu ufahamu."*136*

Natiwa moyo na maneno ya Isaya,

> "Wenye dhambi walio katika Sayuni wanaogopa; tetemeko limewashika wasiomcha Mungu; Ni nani kwetu sisi awezaye kukaa na moto uangamizao; ni nani kwetu sisi awezaye kukaa na moto uteketezao milele? Ni yeye aendaye kwa haki, anenaye maneno ya adili; ni yeye anayedharau faida ipatikanayo kwa dhuluma; akung'utaye mikono yake

asipokee rushwa; azibaye masikio yake asisikie habari za umwagaji wa damu...majabali ni ngome yake; atapewa chakula chake; maji yake hayatakoma."*137*

Ukweli Hufichua Ulaghai

Sijui ni mara ngapi Yoshua alifikiria kuhusu siku ile alipopotoshwa na ulaghai wa Wagibeoni. Yamkini alikumbuka uamuzi huo wa majuto maisha yake yote. Ingawa watumwa Wagibeoni walitumikia Waisraeli; hawakufanya Israeli iwe mahali pazuri zaidi. Je, umewahi kuhadaiwa na njama ya ulaghai? Labda ilikuja kwa njia ya barua, simu, au ahadi iliyotolewa na muuzaji. Ukweli unabaki kuwa kama dai ni zuri sana kuwa la kweli, basi ni zuri sana kuwa kweli. Jambo la kusikitisha ni kwamba mara nyingi matapeli huwalenga watu wanaodanganyika kwa urahisi na wasio na habari. Wanalenga watu wenye tamaa, kiburi na hofu. Kwa ujumla, huwa wanataka majibu ya haraka na hupinga uchunguzi. Matapeli wa leo huiga mikakati ya Wagibeoni.

Kuna ulaghai wa aina nyingi. Fikiria kidogo; ulaghai si wa kifedha tu. Kuna ulaghai wa barua, ulaghai wa kadi za mikopo, ulaghai wa mtandao, ulaghai wa utambulisho, ulaghai wa bima, ulaghai wa wasifu kazi, ulaghai wa umri na ulaghai wa wapiga kura. Aina mpya za ulaghai zinaonekana kujitokeza mara kwa mara. Kinga yetu ni nini? Ikiwa umewahi kulaghaiwa, jifunze kutokana na mfano wa Yoshua. Alifanya mambo kadhaa ya busara ambayo yalifichua na kutatua tatizo hilo:

Alichukua hatua haraka.

> Alikusanya taarifa sahihi. Alishughulikia tatizo hilo.
> Alilinda uadilifu wake. Alidai fidia.
> Alimwamini Mungu kumsaidia kupata urejesho.*138*

Ukweli Ni Silaha Yenye Nguvu

Ukweli unaweza kuwa silaha yenye nguvu, kwa hivyo kuwa mwangalifu jinsi unavyoutumia. Watu wengi hufikiri kwamba ushahidi uliotolewa kwao ni wa kweli, lakini si hivyo kila wakati. Katika mfano wetu wa kihistoria, ushahidi uliotolewa wa mkate mkavu na nguo zilizochanika ulisababisha hitimisho potovu.

Takwimu hazidanganyi, lakini waongo hutumia takwimu. Waongo wanaweza kutoa kitu sahihi lakini wakapotosha maana yake. Ukweli unaweza kutia moyo au kuvunja moyo. Ukweli unaweza kuwa silaha yenye nguvu

kupambana na ufisadi, au inaweza kuwa chombo kinachotumika kuendeleza ufisadi. Ni nini huamua jinsi ukweli unavyofanya kazi? Uadilifu unapoongoza matumizi ya ukweli, ukweli unakuwa silaha ya kutekeleza wema. Ninapenda methali inayosema, "Biashara yoyote iliyojengwa kwa mipango yenye busara, inakuwa na nguvu kupitia maarifa ya kawaida na hupata faida kubwa kwa kufahamu ukweli."*139*

Ukweli Unahitaji Hekima Ili Kuchagua Njia Bora

Ukweli una thamani sawa na Nguzo nyingine tano za Uadilifu. Je, taadhima huinamia ukweli? La, zinafanya kazi pamoja. Je, ukweli ni bora kuliko uaminifu? La,zinasimama bega kwa bega. Nguzo zote sita zinazofanya kazi kwa pamoja hutoa msingi thabiti kwa ajili ya uadilifu. Kila mtu amewahi kupata jaribu la kutumia kwa haraka nguzo moja tu bila kuzingatia athari ya usawazisho ya zile nguzo nyingine. Hekima na ukomavu vinatuagiza tusidhani kamwe kwamba tunaweza kupuuza nguzo nyingine kwa sababu tunatekeleza nguzo moja. Hekima inatufundisha kujumuisha nguzo zote sita, kila wakati.

Tunajua kuwa aina zote za ufisadi ni mbaya sana, lakini si aina zote za ufisadi ziko sawa. Watu wengi hujaribu kuchukulia kuwa amri zote kumi ziko sawa. Matokeo yake, wanachanganyikiwa. Bila kufikiria, wanatambua kwamba baadhi ya amri ni muhimu zaidi kuliko nyingine. Je, kutompenda Mungu kuna matokeo sawa na kukosa kuwaheshimu wazazi wako? Je, amri ya nne, uikumbuke siku ya Sabato uitakase, ina umuhimu sawa na amri ya sita, usiue? Baadhi ya watu wanahoji kama amri ya kuikumbuka siku ya Sabato inapaswa kutumika leo. Wengi hawaelewi umuhimu wa amri hii. Baadhi ya watu hawaifuati. Na hakika hawazingatii amri ya Sabato kuwa katika kiwango sawa na sheria zinazokataza wizi, mauaji, uzinzi au uwongo.

Watu wanaweza kuonyesha hali zinazohalalisha kuvunja amri ya

Sabato. Daktari akiitwa hospitalini kwa ajili ya jambo la dharura siku ya Sabato au dereva wa lori akiwa na trela iliyojaa wanyama hai anaowasafirisha siku ya Sabato, je, tunaweza kusema kuwa daktari au dereva huyo hafanyi lolote siku ya Sabato? Kiasili tunajua kuwa sheria ya Sabato ni tofauti na kusema uwongo, kuiba au kufanya uzinzi. Hatumkosoi mwanajeshi aliyewekwa kwenye mstari wa mbele vitani kwa siku 28 kabla ya kuruhusiwa kurudi kambini kwa wiki moja ili kupumzika. Hata hivyo, hitaji la kupumzika, kijiburudisha na kupata nguvu mpya haliwezi kukanwa. Sheria ya Sabato huwasaidia watu kudumisha afya njema ya kiroho, kimwili, kijamii na kiakili. Haiwezekani kukwepa hitaji la Sabato kwa kutumia vibadala vya kitabibu, lishe au kemikali. Kwa uhalisia, sheria ya Sabato huwanufaisha wanaotii na huwaadhibu wasiotii.

Hata hivyo, sheria ya Sabato si sheria ya kimaadili; ni sheria ya kiibada. Waebrania walipoondoka Misri, ambako walikuwa watumwa kwa karibu miaka 400, walikaa katika "nchi ya ahadi." Ili kusaidia kikundi cha watu waliokuwa watumwa kujistawisha na kujenga taifa lenye nguvu, Mungu aliwapa aina kadhaa za sheria. Kwanza, kulikuwa na sheria za kiraia ambazo zilitumika katika masuala ya usalama, usimamizi wa mali, desturi za biashara na ulinzi wa haki. Sheria za Kiraia zilitumika katika masuala ya mali, mikataba, mtaji, haki za kibinafsi na mahusiano. Pili, kulikuwa na Sheria za Kimaadili kama vile usiibe, usidanganye, usitamani, usifanye uzinzi au usiue. Sheria za Kimaadili zilifafanua kile kilicho sahihi

na kile kilicho kibaya. Sheria za Kimaadili zilitumika kwa watu wote kila wakati. Tatu, Sheria za Kiibada zilishughulikia imani na upatanisho. Sheria hizi zilieleza kile ulichohitaji kufanya ikiwa umevunja sheria za kimaadili. Sheria za Kimaadili zinasema kuwa ni makosa kuiba. Sheria za Kiibada zilieleza jinsi ya kupata haki mbele za Mungu na jinsi ya kuwalipa waathiriwa fidia.

Sheria za Kimaadili zipo wakati wote; hazibadiliki. Sheria hizo zinabaki kuwa msingi wa uadilifu. Hata hivyo, sheria za Kiraia na za Kiibada zilibadilika kati ya Agano la Kale na Agano Jipya. Lakini thamani ya msingi na kiini cha kila amri havikubadilika.

Utiifu thabiti wa sheria za Kiraia na za Kiibada ulihitaji tabia njema. Ingawa kulikuwa na aina tatu za sheria, sheria zote

zinapaswa kuheshimiwa na kuchukuliwa kuwa muhimu. Watu waadilifu hutii sheria. Wanatii amri bila kujali kama kuvunja sheria hizo kunasababisha matokeo makubwa au matokeo madogo.

Je, kuna Sheria zozote za Kimaadili ambazo hazihitaji kutiiwa? Je, kusema uongo kunaweza kukubalika katika hali yoyote? Ninaweza kufikiria masimulizi katika Biblia ambapo mtu fulani alisema kile kilichoonekana kuwa uwongo unaokubalika. Simulizi

la kahaba Rahabu aliyelinda kikundi cha wapelelezi. Kwa ajili ya ulinzi wake wapelelezi waliahidi kumlinda siku Israeli itakaposhambulia Yeriko. Watu hao walimpa Rahabu kamba nyekundu na wakamwagiza aining'inishe kwenye dirisha lake siku ya uvamizi wa Israeli. Alisaidia wanajeshi hao kutoroka kwa kuwadanganya polisi wa Yeriko. (Je, ilikuwa ni lazima aseme uwongo? Kama kahaba kusema uwongo ilikuwa ni tabia yake ya kawaida lakini hata hivyo, ni tabia inayoibua maswali.) Je, ni ukosefu wake wa uaminifu ndio uliomlinda au ni imani yake katika Mungu wa Israeli? La kushangaza, kahaba mwongo aliokolewa. Na baadaye yeye na familia yake walijumuishwa kikamilifu katika taifa la Israeli. Je, Rahabu alionyeshwa taadhima kwa sababu ya kudanganya? La! Je, alionyeshwa taadhima kwa sababu ya maadili yake potovu? La! Atakumbukwa kwa kumwamini

Yehova na kuning'iniza kamba nyekundu kwenye dirisha la nyumba yake. Nguzo ya Ukweli haikubali kusema uwongo. Kumbuka upendo wa Mungu unawafikia watu wasio waaminifu, watu wenye maadili potovu wanaoweka imani yao katika yeye.

Mfano mwingine unatoka kwenye simulizi la wakunga wa Kiebrania katika enzi ya Musa. Licha ya amri ya Farao kwamba watoto wote wa kiume wauawe, wakunga waliwaruhusu watoto wa kiume waishi. Farao alipopata habari hiyo, aliwahoji wakunga hao. Walijibu, "Ni kwa sababu hao wanawake wa Kiebrania si kama wanawake wa Kimisri; kwa kuwa ni hodari hao, nao huzaa kabla mkunga hajapata kuwafikia." Wakunga hao walitoa ushahidi wa uongo kwa Farao. Biblia inasema, "Ilikuwa kwa sababu wale wakunga walikuwa wakimcha Mungu, akawasimamishia nyumba."*140*

Wakunga hao walikabiliwa na hali ngumu sana. Je, hilo lilihalalisha uwongo wao? Amri mbili zinapogongana, kama vile usiue na usiseme uongo, utafanya nini? Katika kisa hiki, mtawala mwovu aliwaweka wanawake hao katika hali iliyowalazimisha wavunje moja ya amri hizo. Wakunga hao wangechagua sheria gani? Usifikirie kuwa mfano huu unaruhusu watu kusema uwongo kila inapowanufaisha. Si sawa kamwe kusema uwongo kwenye wasifu wako wa kazi, kusema uwongo ili kuficha mambo ambayo umefanya au ili kuepuka matatizo. Kusema uwongo ni makosa. Lakini ukikabiliwa na hali inayokulazimu kuchagua kati ya uwongo na kuua, ungechagua ipi? Mungu aliwatendea vyema wakunga hao si kwa sababu walisema uwongo bali kwa sababu kwa kumwogopa Yehova walikataa kuwaua watoto wachanga.

Mungu aliwaonyesha taadhima kwa sababu ya kuchagua kulinda uhai. Je, ilikuwa ni lazima waseme uwongo? Naacha hilo kati yao na Mungu.

Tukizingatia hali ngumu sana iliyowakabili wakunga hao, wakati amri mbili zinagongana, chagua kutii amri kuu kati ya hizo mbili. Katika kisa hicho cha awali, amri kuu zaidi ingekuwa kulinda uhai na kumpenda jirani yako. Mmoja wa mashujaa wangu ni mwanamke anayeitwa Corrie Ten Boom. Wanafamilia wa familia ya Ten Boom walitoa maisha yao katika kumtumikia Mungu na wanadamu wenzao. Wakati wa Vita vya Pili vya Dunia, nyumba ya familia ya Ten Boom ilikuwa kimbilio na mahali pa kujificha kwa watu waliokuwa wakiwindwa na Wanazi. Upinzani wao usio na vurugu dhidi ya wakandamizaji Wanazi ulikuwa njia yao ya kuishi kulingana na imani yao. Hata hivyo walihitaji kutumia namna fulani ya udanganyifu ili wafaulu katika juhudi zao. Kupitia shughuli zao na za marafiki zao, familia ya Ten Boom iliokoa maisha ya takriban Wayahudi 800 na wakimbizi wengine. Ninachukulia kile ambacho familia ya Ten Boom ilifanya katika kuokoa maisha kama kitendo cha kishujaa.*141*

Je, kuna wakati ambapo kusema ukweli ni muhimu zaidi kuliko kulinda uhai? Wafia imani wengi walikataa kukana imani yao katika Mungu. Kusema uwongo kunaweza kuonekana kuwa njia rahisi sana ya kuepuka kifo. Hata hivyo, imani katika Mungu iliongoza uamuzi wao. Kukana imani katika Mungu kungewafanya wapoteze tumaini la uzima wa milele. Je, mtu anaweza kukubali kupoteza uzima wa milele ili kupata afueni ya muda mfupi kisha afe baada ya miaka michache? Kwa mara nyingine tena, hii ni hali ngumu sana, lakini kanuni ni kwamba uhai si muhimu kuliko imani. Kubaini kile unachopaswa kufanya amri mbili zinapogongana lazima kuongozwe na uadilifu wa moyo wako.

Je, ikiwa Sheria fulani ya Kimaadili inaonekana kuwa haieleweki vizuri? Kwa mfano, kufanya uzinzi kunamaanisha nini? Je, uzinzi ni kitendo kinachoeleweka vizuri kama kama tendo la ngono? Je, mawakili wa Bill Clinton walikuwa sahihi walipofafanua upya mwenendo wake kama usio wa kingono? Sehemu kubwa ya ulimwengu ilitazama na kusema kuwa alitumia cheo chake vibaya kukwepa kupatikana na hatia. Fikiria maneno ya Yesu ambaye hakuchukulia uzinzi kama kitendo kinachotendeka kitandani pekee. Alifundisha kwamba uzinzi ulianzia kwenye moyo, macho na mawazo. Mawazo ya tamaa mara nyingi husababisha vitendo vya ngono. Jihadhari na mawazo ya tamaa kwani

yanaleta uangamizo. Tamaa za kimwili huharibu mahusiano, hata kama tamaa iko katika mawazo pekee. Ni bora zaidi kuacha tamaa wakati iko ndani ya nafsi! Wakati mtu anatekeleza mawazo yake ya tamaa kwa matendo, matendo hayo hubeba matokeo mabaya sana. Sheria si tu pendekezo la nje, unalopaswa kutii kama unavyotaka. Uadilifu huanzia moyoni na hutoa dawa ya ufisadi.

Kutii sheria huboresha maisha ilhali kuvunja sheria hudhoofisha maisha. Swali si je, ninaweza kuvunja sheria bila kuwajibishwa, bali ni ninawezaje kujenga jamii yenye ubora zaidi, yenye upendo na utulivu zaidi. Nguzo ya Ukweli inatupa changamoto ya kufuata lolote lililo jema. Kaa mbali iwezekanavyo na tabia ya kutozingatia uadilifu. Uadilifu hautoi

leseni ya kuona jinsi tunavyoweza kuukaribia moto wa ufisadi bila kuchomeka.

Nilipokuwa mvulana, nilisikia watu wakisema, "dhambi zote ni sawa machoni pa Mungu." Bila kufikiria, nilijua kwamba hilo si laziwe liwe kweli hapa duniani. Aina zote za ufisadi ni mbaya, lakini si aina zote za ufisadi zina athari sawa. Ikiwa dhambi zote ni sawa, kwa nini Mungu au mwanadamu hakutoa adhabu ile ile kwa maovu yote? Aina fulani za ufisadi zina madhara makubwa zaidi. Hata hivyo, aina zote za ufisadi zina matokeo mabaya.

Ukweli Huzuia Kuenea kwa Ufisadi

Ikizingatiwa kuwa si aina zote za ufisadi zina matokeo sawa, je, matokeo yasiyo mabaya sana ya yale tunayoweza kuchukulia kuwa makosa madogo yanatufanya tuwe na mtazamo wa kutojali? Kwa nini tunabuni mfumo wa viwango vya uovu? Ukweli hutufanya tuwe na hofu inayofaa kwa aina zote za ufisadi. Kwa mfano amri ya "Usitamani."*142* Kwa nini Sheria hii ya Kimaadili imejumuishwa miongoni mwa zile amri kumi? Sababu kwa nini amri hiyo inahitimisha orodha ya sheria inaweza kuwa kwa sababu kutamani ndio chanzo cha kuvunja sheria zilizotajwa kabla ya amri hiyo. Uzinzi unaanzia wapi?

Huwezi kufanya uzinzi isipokuwa uwe umetamani kwanza. Kuibia kunaanzia wapi? Ni nadra mtu kuiba kitu ambacho hajakitamani. Kutamani husababisha ugomvi, hasira na mapigano. Kilichoanza kikiwa kidogo na kisicho na maana kinakua mpaka kinakuwa kitu kikubwa. Wakati mwingine tamaa isiyotoshelezwa husababisha mauaji.*143* Mwenye hekima huepuka ufisadi, iwe katika mambo madogo au mambo muhimu.

Uwongo haubaki kuwa mmoja, uwongo huzidi kuongekeza. Ukosefu wa uaminifu huenea kama virusi. Kauli moja ya uwongo huchochea nyingine. Ili kuficha uwongo wa kwanza, sema wa pili. Lazima useme uwongo mwingine kesho, kwa sababu ya uwongo uliosema leo.*144* Uwongo huchafua vipengele vingi vya tabia ya mtu. Dhana ya uwongo ambayo imeangamiza watu wengi sana ni kwamba, kutokuwa mwaminifu huathiri kipengele kimoja tu cha tabia. Katika sura hii, tumejifunza

kwamba kutamani ndicho chanzo cha vitendo vingi vya ufisadi na ukosefu wa uaminifu. Kutamani hujieneza. Uwongo huchafua tabia. Ukosefu wa uaminifu ni kama tembe ya sumu iliyotiwa kwenye glasi ya maji safi. Inayeyuka kwenye glasi nzima ya maji. Ufisadi haubaki katika hali ya tembe; unaenea kikamilifu katika mazingira yake.

Ukweli Hauogopi Kufichuliwa

Ufisadi utafichuliwa. Mark Twain alisema, "Ikiwa unasema ukweli, huhitaji kukumbuka chochote."*145* Uwongo huzaa

uwongo zaidi. Kadiri unavyojaribu kuficha uwongo, ndivyo inavyokuwa ngumu zaidi kufanya hivyo. Hatimaye, hadithi yako itasambaratika na uwongo wako utafichuliwa. Ujanja wa Wagibeoni ulidumu kwa muda gani? Kabla ya mabalozi hao kufika nyumbani kuripoti mafanikio ya udanganyifu wao, idara ya ujasusi ya Joshua ilikuwa tayari imeshagundua. Ufisadi utafichuliwa. Ufisadi unapotokea, kuna

matokeo hasi. Kinyume cha hilo, ukweli hukaribisha uchunguzi. Watu waadilifu hawaogopi kuchunguzwa. Ukuta wa jengo lililojengwa kwa uadilifu hauna nyufa. Mkaguzi wa majengo anaweza kuuidhinisha. Katika lugha ya Kiingereza, maana ya msingi ya neno 'integrity,' linalomaanisha "uadilifu," ni 'nzima' au 'kile ambacho hakijagawanyika.' Watu wenye tabia njema hawaogopi kuwajibishwa.

Nguzo ya Uhalisi

Uhalisi Hustawisha Nafsi Yako Halisi
Bila uhalisi, watu hutatizika kujua wao ni nani au kwa nini wanaishi.
Kwa sababu ya uhalisi, watu hugundua nafsi zao halisi na hugundua kwa nini wanaishi.

Hatuko jinsi tulivyo; hatuko jinsi tunavyofikiria tulivyo, tuko jinsi tunavyofikiri watu wengine wanafikiri juu yetu."146

Tunaishi katika ulimwengu uliojaa bidhaa za kuiga na bidhaa ghushi. Katika safari zangu nikizunguka ulimwenguni, nimeenda madukani kununua bidhaa kama vile jezi za michezo, simu, miwani ya jua, kazi za sanaa na vito. Kila bidhaa ina miigo mingi na viwango tofauti tofauti vya ubora. Hivyo, kabla ya kununua, ninauliza, "Je, hii ni halisi?" Kwa kawaida, huwa naangalia ikiwa duka hilo lina cheti linaloonyesha kuwa limeidhinishwa na serikali au kama lina leseni ya biashara inayothibitisha uhalali wake. Lakini akilini mwangu huwa kuna kitendawili kinachonisumbua, "Je, Cheti hicho cha Uhalisi ni bandia?"

Neno uhalisi huwasilisha ujumbe unaokanganya. Wakati mwingine watu ambao si wa kawaida au wanaotoa maoni yao wazi husifiwa kama watu wenye uhalisi. Watu kama hao huonyesha mitindo yao kwa ukaidi huku wakitoa maoni yasiyo ya kawaida. Watu wanawaheshimu kwa sababu ya mwenendo wao uliyo kinyume cha matarajio na uhuru wao. Je, tabia isiyodhibitiwa inahakikisha uhalisi? Ushaufu wa kupita kiasi unaweza kudhihirisha mtindo fulani, lakini si lazima uwe dhihirisho la uadilifu.

Watoto huwa na mwelekeo wa uhalisi. Watoto wadogo huishi kwa njia rahisi na hujieleza wazi bila kuficha nafsi zao halisi. Kuficha hisia au mawazo halisi ni tabia tunayojifunza

kadiri tunavyokua katika utu uzima. Watu wanapokomaa, wanahisi shinikizo linaloongezeka la kuficha nafsi zao halisi. Tulipokuwa watoto, tukiogopa, tulisema wazi, "Ninaogopa," au tulishika mkono wa mzazi wetu. Ikiwa hatukuhisi vizuri, tungesema, "Mimi ni mgonjwa." Wakati wa kubalehe, tunaanza kujali jinsi wengine wanavyotuona na badala ya kuwa halisi tunaanza kudhibiti jinsi wengine wanavyotuona. Maisha yetu rahisi yanakuwa changamano zaidi. Elimu ya juu huongeza msukumo wa kudhihirisha taswira inayokubalika kitamaduni. Kadiri shinikizo la kufuata mkondo unaokubalika unavyoongezeka, watu hujifanya kuwa jinsi wasivyo na hupoteza nafsi zao halisi.

Je, tunakuzaje uadilifu katika utamaduni wa selfie? Baada ya kujipiga picha na simu ya mkononi, watu wengi hutumia programu za kuchuja ili kubadilisha picha zao kabla ya kuzichapisha. Vichujio huondoa madoa, huweka rangi ya kuvutia, hurekebisha mwangaza, huondoa macho mekundu na hata huondoa videvu viwili. Tunatarajia kuona picha za selfie zilizoboreshwa, lakini kujifanya hakukubaliki katika mahusiano bora. Watu wengi huchuja jinsi walivyo. Mtu halisi hujipa taswira mpya kwa sababu anaogopa kushindwa kufikia matarajio aliyojiwekea. Hofu ya kukataliwa ndicho chanzo fiche cha kutaka kudhihirisha taswira fulani na kuwa na utambulisho wa aina fulani. Hitaji la kukubalika husababisha watu kutumia vibaya nguvu nyingi za kihisia. Je, kama sina hashtag inayofaa? Inahitaji kuwa erevu, lakini si erevu sana; inahitaji kuwa sahihi lakini isionekane kuwa unaweka juhudi nyingi sana. Ikiwa unahisi hauko sawa, ajiri mkufunzi wa masuala ya taswira ya kibinafsi. Lakini unawezaje kuboresha taswira yako ya kibinafsi ikiwa hujui wewe ni nani? Uadilifu haurekebishi ukweli. Uadilifu hukupa vichujio vinavyofaa lakini husisitiza uwe wewe halisi.

Mjomba Zeke aliishi Zambia. Alifurahia kumtembelea rafiki yake wa karibu ambaye alikuwa na duka la uhunzi. Wanaume hao wawili walikuwa marafiki tangu utotoni. Siku moja, rafiki yake alikuwa akitengeneza kiatu cha farasi. Aliweka kiatu hicho ndani ya moto, akakitoa na kukipiga kwa nyundo, kisha akakirudisha

ndani ya makaa, akakitoa na kukipiga tena. Akiwa amefadhaika, alitambua kwamba chuma hicho hakitachukua umbo analotaka. Akatupa kiatu hicho cha farasi sakafuni. Baada ya muda mfupi, Mjomba Zeke akaingia katika duka hilo la uhunzi. Aliona kiatu hicho cha farasi, akakichukua na kukiachilia mara moja. Muhunzi alitazama kutoka juu ya miwani yake na kusema, "Ni moto sana, siyo Zeke?" Zeke alijibu, "Hapana, huwa sichukui muda mrefu kutathmini kiatu cha farasi."

Nimeipenda hadithi hiyo siku zote. Wengi wetu hujaribu kutenda kama mjomba Zeke. Badala ya kukubali kuwa tumefanya jambo la kipumbavu, tunajifanya kuwa hakuna kilichotokea. Tunaficha makosa yetu. Sijui kama vidole vya Zeke viliungwa kwa sababu ya kiburi chake. Kama Zeke angesema ukweli katika jibu lake, jibu lake lingeweza kumchekesha yeye na rafiki yake lakini pia lingemwezesha kupata matibabu kwenye vidole vyake vilivyoungua. Kusema ukweli ni itikio bora.

Uhalisi Hutia Nguvu

Katika kitabu kinachoitwa Joni and Ken: An Untold Love Story, Ken Tada anakiri kwamba wakati mwingine yeye huchoka kumtunza Joni. Wengi humchukulia Ken kuwa mwanamume mzuri isivyo kawaida kumtunza kwa upendo mke wake mwenye ulemavu wa miguu na mikono. Joni anampenda mumewe kwa sababu anabadili maisha yake kwa hiari kwa ajili yake zaidi jinsi

yeye anavyobadilisha maisha yake kwa ajili ya mumewe. Ken anakiri, "Si rahisi siku zote."*147* Kuna wakati Ken hutaka kujiepusha na hayo yote. Hata hivyo, kukubali kwake kuwa wazi kuhusu mapambano yake kumefanya matatizo yake yasilete madhara. Kuwa hivyo kumempa Ken nguvu, kumeondoa uzito wa hisia ya kuwa na hatia kutoka kwenye nafsi yake na kumemfanya awe na mtazamo sahihi. Ken anapokubali udhaifu wake, hisia nzito zilizo ndani yake zinaachiliwa na anapata ujasiri mpya wa kusonga mbele.

Uhalisi unahitaji kusema ukweli. Kusema ukweli kuhusu uwezo na udhaifu wako huunda jamii halisi. Nguzo ya Uhalisi inapinga wazo kwamba watu watavutiwa tu na wengine ikiwa ni wazuri vya kutosha, wenye kasi vya kutosha, wenye nguvu za kutosha au werevu vya kutosha.ama Je, unajua kwamba udhaifu mara nyingi huwaleta watu pamoja?

Uhalisi Hukuza Uaminifu

Siku moja nilikuwa nikicheza gofu na mtu mmoja ambaye alikuwa ndio ameanza kuhudhuria kanisa ambapo nilikuwa mchungaji. Tulipokuwa tukicheza, tulizungumza juu ya maisha na familia. Alianza na maswali ya kawaida ya kufahamiana. Mazungumzo yetu yalipozidi kuwa ya kina, aliuliza, "Ulijifunza lini kuhusu imani?" Nikajibu kuwa nililelewa katika

nyumba ya mchungaji. Alikuwa na hamu ya kujua maisha yangu yalikuwaje kama mtoto wa mchungaji. Aliendelea kunihoji kuhusu maisha yangu ya kibinafsi. Je, nimewahi kuvunjika moyo au kupata matatizo makubwa? Nilimwambia kuhusu shemeji yangu ambaye alikuwa ameachana na mke wake hivi karibuni. Nilipomweleza maumivu yangu kwa sababu ya tukio hilo, niliona akitabasamu kidogo. Kisha akajibu, "Hiyo ni nzuri sana!" Maneno yake yalionekana hayafai. Nilimuuliza anamaanisha nini. Akajibu, "Ikiwa utakuwa mchungaji wangu, ninahitaji kujua kama unaelewa jinsi ilivyo kuwa na matatizo ya kweli au kupambana na majaribu. Ikiwa utakuwa mshauri wangu wa kiroho, ninahitaji kujua kama unaweza kuelewa hisia zangu. Kuelewa kuwa unaweza kujitambulisha na matatizo yangu kunaniwezesha kuwa na imani na mafundisho yako."

Mchungaji mmoja alihudumu kwa uaminifu katika mji mdogo wenye mgodi. Usiku mmoja wenye giza na mvua, king'ora cha mgodi kililia, na jamii nzima ilijua kwamba sauti hiyo ilimaanisha kwamba kulikuwa kumetokea janga chini ya ardhi. Watu wote walikimbia kwenda kwenye mgodi huo. Familia zilisimama kwenye giza lenye baridi na mvua wakingoja kupata habari kuhusu hatima ya akina baba na wana ambao walikuwa chini ya ardhi.

Mwanahabari wa gazeti alifika akiwa na mpiga picha wake. Walipokuwa wanajiandaa, mchungaji alisimama kati ya familia hizo. Aliwakumbatia na kuwatia moyo. Kuna wakati alikusanya familia kadhaa zenye hofu pamoja na kuomba pamoja nao. Mwanahabari aliona tukio hilo la upendo. Alitaka kulinasa kwenye kamera, lakini kamera ilikuwa na hitilafu. Kabla mpiga picha hajarekebisha kamera yake, mchungaji alimaliza maombi yake.

Akiwa amevutiwa na kile alichoshuhudia, mwanahabari huyo alimwendea mchungaji. Alieleza yeye ni nani na kwamba kamera yake ilikuwa imepata hitilafu wakati wa maombi. Aliuliza, "Je, utaomba tena ili nikunase na kamera?" Mchungaji akajibu, "Nimeomba, sitajifanya. Nafanya haya kwa sababu moyo wangu umevunjika kwa ajili ya marafiki zangu." Tunahitaji kizazi cha wanaume na wanawake ambao wataishi bila udanganyifu, ambao hawatatafuta fursa ya kupigwa picha.

Uhalisi Hukuza Jamii

Unafiki huleta madhara kwetu na kwa wale tunaowapenda. Rick Warren anasema, "Kuna maungamo mawili makuu katika Biblia." Mojawapo ni Ungamo la Petro, "Wewe ndiwe Kristo."*148* Ungamo hili la kina linajenga imani. La pili ni Ungamo la Paulo, "Sisi nasi tu wanadamu hali moja na ninyi." Waumini wengi wanakubaliana na ungamo la Petro lakini ni waangalifu kuhusu ungamo la Paulo. Tunapendelea zaidi kuonyesha maadili yetu kuliko kukiri udhaifu wetu.149 Kwa nini tukatae ubinadamu wetu? Katika kujenga mahusiano, kujaribu kuonekana kuwa mtu bora sana ni jambo lisilowezekana na huleta madhara. Kuonekana huna udhaifu wowote huwafanya watu wengine wakae mbali na wewe.

Mara nyingi, tunaficha maumivu yetu na dhambi zetu na kukana udhaifu wetu. Kwa upumbavu tunajiambia kwamba ikiwa tutarudiarudia maneno chanya, tuombe maombi yenye nguvu na tuonyeshe taswira chanya, matatizo yetu yatatokea. Kujifanya kila kitu kiko shwari wakati sivyo kunatoa nafasi kwa sonona, uchovu mwingi, wasiwasi, majaribu, shaka au kufadhaika. Majaribio ya kukwepa ukweli, kuepuka kuwajibika au kuepuka hali la kutia aibu, huahirisha jambo lisiloepukika. Kile ambacho hapo awali kiliweza kudhibitiwa kinakuwa hakiwezi tena kudhibitiwa.

Kukosa kuwa mwaminifu huzima mfumo wa usalama wa nafsi. Karne nyingi zilizopita, watu walitumia vyungu vya udongo kupika na kuhifadhi chakula. Wakati mwingine katika mchakato wa kuoka vyombo vya udongo kwenye tanuru, ufa mwembamba ungetokea kwenye chombo cha udongo. Ikiwa ufa ni mdogo, badala ya kutupa chungu hicho, mfinyanzi alitumia dutu yenye nta kuuziba ufa huo. Kisha alipaka mng'arisho juu ya nta hiyo. Maneno 'isiyo aminifu' yalitumiwa kumaanisha chombo chenye ufa katika tasnia hiyo ya kutengeneza vyombo vya udongo. Vyungu vya udongo visivyo aminifu havikutumiwa sana. Kuna methali inayosema, "Midomo ijipendekezayo pamoja na moyo mbaya nii kama kigae kilichofunikizwa taka za fedha."[150]

Uhalisi Huhamasisha Bidii

Kufahamu nafsi halisi kuna umuhimu wa msingi kwa uadilifu. Masihi alitimiza kusudi lake kwa sababu alijua yeye ni nani na kile alichozaliwa kutimiza. Bila kujali tamaduni zetu, tunapokubali nafsi zetu halisi hiyo inatusaidia kudhibiti utambulisho wetu,

inatuwezesha kukumbatia asili yetu na kufuata hatima yetu. Kufahamu nafsi halisi kuna umuhimu wa msingi kwa maisha. William Shakespeare aliisema hivi, "Zaidi ya yote — kuwa mwaminifu kwa nafsi yako mwenyewe, na lazima ikufuate kama vile usiku unavyofuata mchana, ukifanya hivyo hutakuwa mtu wa uwongo kwa mtu yeyote."[151]Haiwezekani kuwa mwaminifu kwa nafsi yako hadi ujue wewe ni nani. Uhalisi unakuhitaji ujijue wewe mwenyewe.

Ufisadi unaweza kuiba rasilimali na kuhatarisha usalama wa mtu, kabila au taifa. Wakati mwingine watu huishi chini ya uwezo wao kwa sababu wamekubali kuwa na mtazamo wa ombaomba. Mtazamo wa ombaomba ni sawa na mtazamo wa umaskini.

Kukubali mtazamo wa ombaomba humwondolea mtu uwajibikaji wa kibinafsi. Ni mtazamo unaotazamia

wengine kukidhi mahitaji yako. Ni mtazamo unaokataa kukubali uwajibikaji wa kibinafsi. Kama vile kutotumia vipawa vyako kunaweza kukuzuia kutimiza uwezo wako wa kibinafsi, kutokuza rasilimali zako kunaweza kuzuia ukuaji wa biashara au taifa. Mataifa mengi yana rasilimali nyingi na fursa nyingi sana, lakini ni maskini. Mara nyingi umaskini wa kitaifa

unaweza kuelezwa kwa sababu viongozi hufanya kazi wakiwa na mtazamo wa ombaomba. Badala ya kufanya mipango ya kuwa na mustakabali wenye tija, wanajiendesha kama ombaomba wakitegemea wengine ili kuishi. Hebu fikiria kile kinachoweza kutokea ikiwa nchi hizo zitatambua uwezo wao. Zistawishe mustakabali wao katika masuala ya rasilimali, ujuzi na watu; zichague kuunda kesho mpya. Wakati kuna fursa kubwa, ni uzembe kukataa kutia juhudi. Tia juhudi ili uondoke katika maendeleo duni!

Utambulisho halisi wa kibinafsi unahitaji mtu ajijue kwa njia inayofaa. Kujua wewe ni nani na kujikubali jinsi ulivyo kunaweza kuhamasisha watu kuota ndoto na kuzifanikisha. Kunaondoa visingizio vya kuvumilia jinsi mambo yalivyo. Usiruhusu asili yako au maisha yako ya awali viwe vikwazo kwa mafanikio yako ya baadaye. Jinufaishe na upekee wako na asili yako. Tunapojua sisi ni akina nani, tutapata njia ya kushinda kutengwa.

Uhalisi Hutoa Mwongozo

Athari moja mbaya ya kuishi bila uhalisi ni kupoteza mwelekeo. Udanganyifu hufifisha maono yangu ya utambulisho wangu na hupotosha malengo na ndoto. Kadiri uwongo unavyoendelea kudumu, ndivyo hali ya kuchanganyikiwa inavyozidi kuendelea, na watu wengi zaidi wanaweza kusemekana wanatembea wakiwa usingizini. Uhalisi na utuamshe kutoka katika usingizi wetu na utuwezeshe kugundua sisi ni akina nani na kile tunachoweza kuwa.

Kuna wakati, mabaharia walitegemea Nyota ya Kaskazini ili

kupata mwelekeo. Kubaini mahali walipo kulingana na Nyota ya Kaskazini kulimwezesha nahodha kupanga kwa usahihi njia itakayowafikisha mahali wanakoenda. Vivyo hivyo, kila mtu anahitaji mwanga wa mwongozo wa uhalisi ili kupata mwelekeo. Katika kitabu chake cha True North, Bill George anaelezea umuhimu wa kaskazini halisi ya nafsi. Anasaidia wasomaji kupanga mwelekeo wa maisha yao kwa kugundua kaskazini yao halisi. Ikiwa Nyota ya Kaskazini iliwapa mabaharia hekima ya kusafiri baharini, basi kufuata kaskazini halisi ya nafsi kunatoa mtazamo sahihi wa kusafiri kwenye bahari za maisha.*152*

Kusafiri baharini kunahitaji ujue mahali ulipo na mahali unakotaka kwenda. Bill George alielezea kuwa kaskazini halisi ya mtu huonyesha yeye ni nani katika kiwango cha kina zaidi. Hiyo inajumuisha mambo anayoamini kwa kina, maadili na kanuni zinazoongoza maamuzi yake. Ili uishi kwa shauku isiyokoma unahitaji kugundua kaskazini yako halisi ya ndani. Ukishaielewa, panga safari yako ya maisha kulingana nayo.*153* Kuna vishawishi vingi, vikengeusha fikira na mashinikizo ya kukuondoa kwenye mwelekeo sahihi. Kusalia tu kwenye mwelekeo sahihi hadi mwisho ndiko kunaleta maridhiko. Epuka kupotoshwa na ushawishi wa mali, umaarufu mamlaka au anasa. Epuka kukubali kushawishiwa na shinikizo la kijamii au shinikizo la kutaka kutimiza matarajio ya wengine. Epuka kuonyesha taswira ya uwongo uliyojibunia. Kufanikiwa bila kuwa na uhalisi hudhoofisha nafsi polepole. Tunahitaji kufuata kaskazini halisi ya nafsi zetu kwa imani kama mabaharia wa kale walivyoamini mwongozo wa Nyota ya Kaskazini.

Je, kweli unajua wewe ni nani? Je, unahitaji mwelekezi msaidizi akuongoze? Matatizo ni mojawapo ya miongozo ya kawaida na ya kuaminika zaidi kwa nafsi. Matatizo huwasha mifumo yetu ya mwongozo. Sisi sote hupitia changamoto. Ni katika nyakati hizo za kufinyangwa ndipo tunagundua kaskazini yetu halisi. Hali ngumu kama vile mshtuko wa moyo, matatizo ya kifedha, ndoa iliyovunjika au kupoteza kazi huwalazimisha watu kutambua kile ambacho ni muhimu kweli.

Ninakumbuka nikizungumza na mwanamke fulani ambaye

alikuwa akisherehekea miaka 10 tangu apone ugonjwa wa saratani. Aligundua kuwa ana saratani kabla tu ya kumaliza shahada yake ya ualimu. Saratani ilimletea changamoto kwa kila njia. Ilimlazimu kuuliza maswali kuhusu "kaskazini halisi." Alisema, "Jambo lililokuwa gumu kwangu zaidi si upasuaji wala matibabu ya mionzi, bali kujibu swali muhimu la maisha, 'Ni nini ambacho ni muhimu kweli? Je, yale niliyoyaishia yalikuwa na maana au hayakuwa na maana? Je, pesa au kazi ilikuwa muhimu kwa kiasi gani? Kwa kweli, nilitaka kufanikiwa na kuwa na afya. Lakini maisha yangu hayangeweza kupimwa kwa msingi wa vitu vya kimwili au kufafanuliwa kwa msingi wa maoni ya watu wengine. Saratani ilinisaidia kugundua kile ambacho ni muhimu na cha thamani. Niligundua mimi ni nani. Nilipata kujua nafsi yangu halisi."*154*

Njia ya kujigundua ninayopendekeza sana ni kuwa na muda wa mapumziko ya kibinafsi. Shughuli za maisha huzidi kuwa nyingi hadi zinakuwa

nzito sana kiasi kwamba mashinikizo yanafunika kaskazini halisi. Kadiri kasi ya maisha inavyozidi kuongezeka, ndivyo inavyokuwa muhimu zaidi kusimama wakati mwingine ili kuangalia mahali ulipo. Wakati mwingine sote tunahitaji kujiondoa kwenye mbio za maisha kwa muda mfupi. Tenga muda wa kutulia kwa ajili ya kupumzika, kufikiria, kutafakari, kutembea, kuomba, kusoma, kuandika na kukuza maono. Usifikiri muda wa utulivu wa kibinafsi ni sawa na likizo. Muda wa utulivu wa kibinafsi huleta uhai na huongeza nguvu mpya. Wakati mwingine likizo kwa kiasi kidogo huleta

manufaa ya muda wa utulivu wa kibinafsi. Kwa ujumla, watu hurudi kutoka likizoni wakiwa wanahisi wana nguvu mpya na wanaweza kujituma upya. Hebu fikiria ikiwa muda uliotumika katika utulivu wa kibinafsi ungekufanya uchukue mwelekeo mpya, ustawi upya, upange upya na utiwe nguvu mpya. Tofauti na faida za likizo ambazo hupotea haraka, thamani ya muda wa utulivu wa kibinafsi hubakia muda mrefu baadaye.

Kusudia kuwa na muda huo. Fanya hivyo. Anza na angalau nusu

siku ya kuwa peke yako bila kusumbuliwa. Jitenge peke yako. Pata mahali pa kujitenga. Inaweza kukubidi uache shughuli zako zingine ili upate muda huo. Hata hivyo, uwekezaji wako katika muda wa utulivu wa kibinafsi utakuletea manufaa makubwa. Utapata manufaa zaidi kutokana na siku 3 au 4 kuliko siku moja. Muda wako wa utulivu wa kibinafsi haitakunufaisha tu wewe kwa njia kubwa bali pia wale walio karibu nawe.

Uhalisi Huleta Mabadiliko

Watu wanaopata kaskazini yao halisi wataleta mabadiliko katika nyanja zao za ushawishi na zaidi ya hapo. Tambua jinsi Ted Kennedy, katika taabini yake ya kaka yake marehemu Robert, anavyosisitiza uwezo wa kila mtu wa kuleta mabadiliko; "Wachache watakuwa na ukuu wa kubadilisha historia yenyewe, lakini kila mmoja wetu anaweza kutia juhudi katika kubadilisha sehemu ndogo ya matukio. Ni kutokana na matendo mengi mbalimbali ya ujasiri na jitihada kubwa ndipo historia ya mwanadamu inaundwa. Kila wakati mtu anaposimama kidete kwa ajili ya kusudi fulani, anapochukua hatua ili kuboresha hali ya wengine au anapopambana na ukosefu wa haki, anatoa viwimbi vidogo vya matumaini…"*155*

Kuishi kwa uadilifu huathiri jinsi ulimwengu wako unavyoundwa. Kulikuwa na kikundi cha watu ambao walianza kwa uadilifu wa hali ya juu sana. Walijitoa kwa shauku kuishi maisha yenye kuzingatia maadili. Mwanzoni, jina la kikundi chao lilihusishwa na wema, ukarimu na uaminifu. Baada ya muda tabia zao zilibadilika na sifa yao ikadorora. Bila kudumisha misimamo yao ya kimaadili, waliingia kwenye ufisadi polepole. Baada ya muda wakawa mahakimu wa uadilifu waliojiteuwa wenyewe. Siku moja walipojaribu kumdhibiti rabi mmoja na kuchunguza ujumbe wake, aliwageuka. Aliwakosoa hadharani, akikabiliana nao kwa ajili ya kujifanya. Aliweka wazi unafiki wao. Je, ni jinsi gani kikundi hiki kilipotoka mbali sana na kusudi lao la asili? Sehemu ya jibu la swali hilo iko katika ukweli kwamba walipoteza kaskazini yao halisi. Mashitaka sahihi ya rabi huyo dhidi yao

yaliwatikisa sana. Walihubiri vizuri lakini waliishi kinyume cha mahubiri yao. Rabi huyo alipotoa ushahidi wa imani yao laghai, walikabiliwa na uamuzi wa kubadilisha maisha. Je, walikuwa tayari kukiri ufisadi wao, au watajaribu kwa dhati kumnyamazisha mpinzani huyo? Toba na urejesho viliweza kupatikana, lakini kwa unyenyekevu na kujitolea tu. Dhehebu hilo lilikataa kulipa gharama hiyo.

Baada ya muda jina la dhehebu hilo la kisiasa na kidini likahusishwa na unafiki. Kulingana na kamusi ya Kiingereza ya Oxford, neno "pharisaical," linamaanisha "kile kilicho na hulka ya kujihesabia haki na kukosoa wengine kwa njia ya kinafiki."*156* Sote tuna hulka za kifarisayo ndani yetu; tunasema jambo moja lakini tunafanya lingine.

Ninapotamatisha sura hii, nitachunguza jinsi Mafarisayo walivyopoteza uhalisi wao. Natumai tunaweza kujifunza ni nini kilichosababisha wajitenge na uadilifu polepole. Ili kupima umbali ambao Mafarisayo walijitenga na uadilifu, hebu tusikilize rabi Yesu akitoa ushahidi.*157* Simulizi hili linasomeka kama stakabadhi za kuwasilisha mashtaka dhidi ya kiongozi. Makabiliano hayo hayana kifani katika fasihi. Maneno ya rabi huyo yaliondoa utaji wowote wa kidini ulioficha ukweli na akafichua kikundi cha watu waoga wenye akili ndogo ambao walishikilia sana mamlaka ya mtindo wa Machiavelli. Yesu aligeuza mambo na kuelekezea kikundi hicho cha wanasheria mashtaka na mbele ya umati mkubwa alizungumzia unafiki wao.

Rabi huyo alitamka onyo baada ya onyo. Alilalamikia madhara makubwa yaliyosababishwa na ufisadi wao katika maisha ya kiroho na kijamii. Kila onyo lililotolewa na rabi liligonga kama ngumi ya bondia kwenye kidevu. Mashtaka hayo yalichoma dhamiri zao. Kila kauli iligonga shabaha. Kwa karibu miaka mitatu, Mafarisayo walikataa kimakusudi kutii mafundisho ya rabi huyo. Wakati wa hatua ya mwisho ya kuingilia kati ulikuwa umewadia. Upasuaji wa kina wa tabia yao pekee ndio ungeweza kuondoa maradhi ya moyo yaliyotishia maisha yao. Bila kuingilia kati, ufisadi ungewang'atua mamlakani baada ya muda mfupi; walikuwa wanakaribia kujiangamiza wenyewe.

Neno la Kiingereza "hypocrite" yaani mnafiki, linatokana na sanaa ya uigizaji. Waigizaji wanavaa barakoa za uigizaji ili kuigiza mhusika fulani. Neno "hypocrite" awali lilimaanisha mwigizaji hodari na lilihusiana na ustadi wa kuigiza, si wema wa kimaadili. Mwigizaji aliinua barakoa ya ucheshi, akakariri mistari ya kuchekesha na umati uliangua kicheko kikubwa. Kisha mwigizaji huyo huyo aliondoka jukwaani na kurudi na barakoa ya msiba na akakariri mistari ya huzuni, na kusababisha watazamaji kulia. Wanafiki waliigiza majukumu yao kwa njia ya kuaminika. Lilikuwa onyesho, kila barakoa ilifafanua tabia ya mwigizaji.

Leo watu wanaojificha nyuma ya barakoa za tabia au wanapinga uhalisi wanachukuliwa kuwa wanafiki. Maisha yao ni uigizaji tu. Labda umetazama filamu na kumwona mwigizaji fulani akiigiza mzazi bora mwenye upendo, kisha ukasoma jinsi mwigizaji huyo alivyokabiliwa na mashtaka ya kisheria kwa sababu ya kuwadhulumu watoto. Uadilifu huhakikisha kwamba mtindo wa maisha wa mtu ndani na nje ya jukwaa unafanana.

Mafarisayo walitenda kana kwamba walikuwa vielelezo vya uadilifu. Walidai kuwa na uhusiano wa karibu na Mungu na walijiona wana haki ya kupata kibali mbele zake. Walijitahidi sana kudumisha mamlaka na kuwahadaa watu. Badala ya kuweka msingi wa uadilifu, walipanga ujanja. Chati iliyo hapa chini inaeleza jinsi Mafarisayo walivyojitenga na uadilifu. Walianza wakiwa wameshikilia kwa njia thabiti Nguzo sita za Uadilifu. Baada ya muda walitupilia mbali tabia zao njema na polepole wakajitenga mbali na uadilifu.

Walianza kwa Uadilifu	*Kujitenga Polepole*	**Waliishia kuwa Mafisadi**
Walisaidia wengine		Waliwaumiza Wengine
Walipeana nyumba		Walinyakua Nyumba
Walilinda		Waliangamiza
Walitimiza Ahadi		Walivunja Ahadi

Walianza kwa Uadilifu	*Kujitenga Polepole*	**Waliishia kuwa Mafisadi**
Walizingatia Yaliyo Muhimu		Walizingatia Mambo Madogo
Ukarimu		Wenye Tamaa

Waliacha kuzingatia Nguzo ya Ushawishi. Mambo mabaya sana hutokea wakati watu wanajitenga na misimamo yao ya kimaadili. Hapo mwanzoni, Mafarisayo walikuwa kikundi cha kidini cha kuaminika, chenye ushawishi na chenye nguvu. Unaweza kuwalinganisha na wandani wa kisiasa wa siku hizi. Waliwekea Rumi shinikizo kubwa kuhakikisha kwamba Waebrania wanawajibika katika kutimiza masharti ya Sheria ya Musa. Walileta manufaa katika maisha ya wengine na kuwapa tumaini. Lakini baada ya muda, mamlaka yaliwafisidi. Kufikia wakati wa simulizi letu kuhusu ufisadi wao, badala ya kuwatetea wengine, wanasheria hawa walikiuka haki za binadamu. Waliacha kuzingatia *Nguzo ya Ushawishi.* Hiyo ilimaanisha kwamba watu ambao walikuwa na jukumu la kuwasaidia, sasa walipata umaskini na ukandamizaji mara nyingi mikononi mwao.[158]

Waliacha kuzingatia Nguzo ya Uaminifu. Hapo mwanzoni, Mafarisayo waliwatetea maskini na wasiojiweza. Hata hivyo, tabia za kifisadi zilipoanza, badala ya kutoa msaada kutoka kwa sadaka zilizokusanywa, Mafarisayo walitumia sehemu kubwa ya kile walichokusanya. Sehemu kubwa ya kile walichokusanya, walifuja kupitia gharama za usimamizi na walihalalisha ubadhirifu wao wa fedha. Walinufaika huku maskini wakibakia katika hali ya hatari na umaskini. Walijizuia kuonyesha rehema. Badala ya kutumia sheria kulinda, waligeuza sheria kuwa silaha ya ukandamizaji. Waliwawekea watu mizigo mizito sana ambayo hawakuweza kuibeba. Matendo yao yalikuwa ya kinjama na ya kikatili. Wakawa hawajali kuhusu matatizo ya watu. Ufisadi huwadhuru watu; uliwadhuru watu wakati huo na unawadhuru watu leo.[159]

Waliacha kuzingatia Nguzo ya Taadhima. Kwa miaka mingi, sifa ya Mafarisayo haikuweza kukoselewa. Yeyote aliyewafuata alijifunza njia sahihi za taadhima, haki, ukweli na hadhi. Hata hivyo, Mafarisayo walipoacha kuzingatia

Nguzo ya Taadhima, hawakuwaonyesha wengine taadhima huku wakitaka kuonyeshwa taadhima kubwa kupita kiasi. Walificha desturi za kudhalilisha kwa kuweka kanuni changamano za kiroho ambazo wao wala wanafunzi wao hawakuweza kuyatii. Waliweka viwango vikali ili kubaini ni nani anayestahili kupewa taadhima. Waliacha kutia watu moyo kwa njia inayoleta uhai na wakahalalisha ukosoaji kama njia ya kushurutisha watu kutii. Taadhima ikawa alama ya ubora wa hali ya juu lakini pia silaha ya kufedhehesha watu. [160]Kama wataalam wa sheria, walijaribu kushawishi watu kwamba njia yao mpya itathibitika kuwa bora zaidi, lakini ilikuwa potovu na ilielekea kushindwa.

Waliacha kuzingatia Nguzo ya Ukweli. Rabi aliwakumbusha Mafarisayo kwamba walivunja ahadi na kuhujumu mahusiano. Wataalamu hao wa sheria walipata mianya ya kuvunja karibu mkataba wowote.[161] Ahadi iliyowekwa kinjama ikawa na nguvu sawa na kitu kilichotumiwa kama dhamana ya ahadi hiyo. Hakuna hata moja ya ahadi zao ambayo ingeweza kuaminiwa. Mwanzoni, ahadi ya Mfarisayo ilikuwa kama dhamana, kusalimiana kwa mikono kulitia muhuri ahadi na tabia yao ilisimamia mkataba wowote. Baadaye, ahadi zilifanywa kwa haraka na kuvunjwa kwa urahisi. Kutoaminiana kulipochukua nafasi ya Nguzo ya Ukweli, kila kitu kilisambaratika. Julian Lennon, mtoto wa John Lennon, ambaye alikuwa mwanachama maarufu wa bendi ya The Beatles, *1*
alisema hivi kuhusu baba yake, "Baba alikuwa mnafiki. Aliweza kuzungumza juu ya amani na upendo ulimwenguni, lakini hangeweza kuishi kwa amani na mke wake na mtoto wake."[162]

Waliacha kuzingatia Nguzo ya Hadhi. Kwa namna fulani Mafarisayo walifikiri kwamba kuzingatia sana mambo madogo kulihalalisha kupuuza waziwazi mambo muhimu. Walidai kuwa kufanya kitu kizuri katika nyanja moja kulighairi kutofaulu katika nyanja nyingine. Mafarisayo walikuwa na shauku kubwa kwa mambo madogo sana. Walifuatilia mambo kwa kina wakisisitiza usahihi mkamilifu katika mambo madogo huku wakionyesha shauku kidogo sana kwa masuala makubwa ya haki na huruma. Walipoacha kuzingatia Nguzo ya Hadhi, haikuchukua muda mrefu kabla ya historia kuwarekodi wakiwalaghai na kuwadhulumu wengine. Rabi hakuwakosoa kwa kuzingatia mambo kwa kina, aliwakosoa kwa kupuuza masuala mazito zaidi ya haki, rehema na uaminifu. Haki husimamia kile kilicho sahihi; rehema hutumia ukweli kwa ukarimu. Mafarisayo wakawa hawajali kuhusu matatizo ya wengine. Unafiki uliwafanya wawe na mioyo migumu na ukafifisha mtazamo wao.*163*

Waliacha kuzingatia Nguzo ya Uhalisi. Hakuna mtu aliyejishughulisha zaidi na mwonekano wa nje kuliko Mafarisayo. Walitumia juhudi na gharama nyingi ili waonekane lakini walitumia nguvu kidogo katika masuala ya ndani ya moyo. Iwapo vuguvugu la uadilifu linatilia mkazo utendakazi wa nje pekee au sera zilizochapishwa, halitafaulu. Uadilifu wa kweli uko ndani ya moyo. Ni mtazamo wa ndani. Uhalisi unahitaji kwamba sehemu ya ndani ya kikombe iwe safi kama sehemu ya nje. Ni nini kitakusumbua zaidi, kwenda kazini nywele zako zikiwa katika hali mbaya au mtazamo wako ukiwa katika hali mbaya. Je, unachukulia nini kuwa zito zaidi, doa kwenye rinda lako au doa kwenye tabia yako? Nguzo ya uhalisi inakuhitaji uwe makini na maisha yako ya ndani na ya nje. Unafiki huidhinisha tabia ya ulaghai.*164*

Shtaka la mwisho ambalo rabi alitangaza dhidi ya Mafarisayo ni kwamba waliacha uhalisi wao. Unafiki huzalisha kasoro za kimaadili polepole zinazowapofusha watu wasione uovu wao. Mafarisayo wakawa wamepofushwa wasione ufisadi wao. Walipamba makaburi ya manabii wale wale waliouawa na baba zao na wakajigamba wakisema, "Kama sisi tungalikuwako zamani za baba zetu, hatungalishirikiana nao katika damu ya manabii."*165* Hata hivyo, chini ya mwezi mmoja baada ya maonyo hayo ya wazi, Mafarisayo walifanya njama mbaya ya kumuua nabii mkuu kuliko wote! Bila dhamiri, waliwataka Warumi wamsulubishe mtu asiye na hatia, lakini siku hiyo hiyo, walilinda kwa bidii usafi wao wa kiibada kwa kukataa kuingia katika nyumba ya Pilato. Walipanga na kutekeleza hukumu ya mtu asiye na hatia bila kuona haya hata kidogo. Lakini walijiona kuwa waadilifu kwani walifuata sheria ya Musa kama ilivyokuwa imeandikwa. Hata kama walilazimisha matumizi ya kanuni za mauaji, wangeweza kueleza mwenendo wao kimantiki.

Matokeo ya kuishi bila uhalisi ni yapi? Mfano wa Mafarisayo unatufundisha kwamba unafiki hudhuru watu, hudhoofisha tumaini, huvunja uaminifu, haujali matatizo ya wengine, huidhinisha tabia ya ulaghai na hupofusha watu wasione uovu wao. Historia inarekodi mifano isiyohesabika ya vikundi na watu binafsi ambao masimulizi yao yanalingana na simulizi la Mafarisayo. Mtu yeyote anapotupilia mbali msimamo wenye uadilifu, anaelekea kutumbukia kwenye bahari ya ufisadi.

Ni mara ngapi viongozi hutoa kile kinachoonekana kuwa suluhu ya kweli, lakini baada ya muda mipango yao huthibitika kuwa ya kifisadi? Mfano wa Mafarisayo unapaswa kutupa changamoto ya kuishi kwa uhalisi. Tufanye mambo kuwa tofauti.

Uhalisi Huzalisha Ukamilifu

Je, unaweza kudai kipengele kimoja cha tabia kiko sawa huku kingine kikiwa na kasoro? Je, tabia yako inaweza kugawanywa katika sehemu mbalimbali? Wewe ni jumla ya kila sehemu. Kama mvulana katika darasa la hesabu, nilijifunza kuwa nambari kamili ni nambari nzima, si sehemu. Maana ya kwanza ya neno la Kiingereza "integrity" linalomaanisha uadilifu, inatokana na neno "integer" linalomaanisha 'nzima.' Vidole vyangu ni nambari kamili, na nataka kuziweka katika hali ya kuwa nzima. Hakuna haja ya kuweka nukta ya desimali baada ya nambari kamili. Uadilifu hautumiki tu katika sehemu fulani ya maisha bali katika maisha yote.*166*

Ufafanuzi wa pili wa uadilifu ni: halisi. Inamaanisha wewe ni mtu halisi. Wewe si mtu bandia au tapeli. Hutajifanya. Wewe si mwigo wala hujaribu kuwa kitu usicho. Uko jinsi unavyoonekana. Ikiwa una uhalisi, tabia yako iko vile vile kila mahali, iwe uko peke yako, na familia yako, timu yako, marafiki zako, mchungaji au mwanasiasa.*167*

Maana ya tatu ya uadilifu ni: kile ambacho hakijachanganywa

au kufifishwa.*168* Nimetembelea nchi ambapo wafanyabiashara wanauza petroli duni kwa sababu wameichanganya na dutu zingine. Wauzaji hudunisha ubora wa mafuta kwa kuongeza vitu kama mafuta ya taa, ambayo hupunguza ubora wa gesi ya okteni na hivyo hupunguza utendakazi wa injini. Mafundi wa gari huniambia kuwa mchanganyiko kama huo hatimaye huharibu injini. Uadilifu unamaanisha hakuna chochote kilichodunishwa, ni bidhaa safi.

Mfalme Daudi alitamani kuwa na tabia yenye uadilifu iliyotoka kwenye "moyo safi." Alisema, "Ee Mungu, uniumbie moyo safi, uifanye upya na kuithibiti roho yangu."*169* Moyo safi na uwe wako pia.

Manufaa ya Uadilifu

Ikiwa ningeweza kufundisha adili moja tu la kuishi, lingekuwa hili: "Mafanikio yatakuja na kuondoka, lakini uadilifu ni wa milele."[170]

Sitasahau simulizi lake. Miezi kadhaa hapo awali, alikataa kuandika uwongo kwenye taarifa ya kazi iliyotekelezwa. Mwajiri wake alimtaka ampe mteja ankara ya uwongo au afutwe kazi. Ingawa alihitaji kazi, hakuweza kuwasilisha bili ya huduma ambazo hakuwa ametoa au spea ambazo hakuwa ameweka. Licha ya shinikizo kubwa, alidumisha uadilifu wake. Lakini alipoteza kazi yake.

Miezi michache iliyofuata ilikuwa ngumu sana alipojaribu kutafuta kazi nyingine. Alitafakari tukio hilo la kuachishwa kazi akilini mwake mara kwa mara. Je kama ningekubali kusema uwongo mara moja tu? Hata hivyo alijua isingekuwa mara moja tu. Moyoni mwake, alifurahi kwamba alidumisha uadilifu wake. Kisha jambo lisilotarajiwa likatokea. Polisi walimshtaki mwajiri wake wa awali pamoja na mfanyakazi aliyechukua nafasi yake kwa kosa la ulaghai. Ikiwa angekubali kutupilia mbali uadilifu wake ili kudumisha kazi yake, yeye pia angekabiliwa na mashtaka ya uhalifu.

Wiki ambayo mwajiri wake wa awali alikamtawa, kampuni moja kubwa ilimwajiri kwenye wadhifa wa usimamizi. Wakati wa mahojiano, aliuliza, "Kwa nini mna haja na mimi?" Jibu lao lilimshtua, "Tunatafuta mtu mwenye uadilifu uliothibitishwa aje kusimamia watu wetu..." Afadhali maskini aendaye katika uadilifu wake, kuliko mpotovu wa midomo aliye mpumbavu.[171]

Ninapotamatisha mwongozo huu ninakualika uzingatie faida 10 za uadilifu. Kuna faida nyingi, zaidi ya hizi kumi ninazoorodhesha hapa. Ninakuhimiza utengeneze orodha yako mwenyewe. Faida zote kumi ninazoshiriki hapa zinapatikana kwa urahisi kwa yeyote anayeishi kwa uadilifu.

1. Faida za Kijamii

Kuishi kwa uadilifu kuna faida nyingi za kijamii. Utafiti unaonyesha kuwa watu halisi wanapendwa sana. Wanavutia uungwaji mkono kutoka kwa wengine. Kama zabibu za mzabibu mzuri, mahusiano yenye uadilifu huzalisha vishada vya matunda yenye kuburudisha, yenye virutubisho na yenye kuleta uhai. Uadilifu hukuza urafiki bora. Ukifikiria juu ya jambo hili, unaweza

kutengeneza kwa urahisi orodha ya faida za kijamii kutokana na kuwa na mahusiano mazuri na wengine.*172*

Si jambo la kushangaza kuwa uadilifu hufanya mahusiano ya kimapenzi kuwa na maana zaidi. Mapenzi hayakosi kuona umuhimu wa tabia. Je, unajua kwamba tabia ya uadilifu huvutia sana mtu

unayeweza kuwa na uhusiano wa kimapenzi naye? Watu wanapoorodhesha sifa zinazohitajika zaidi katika rafiki wa kimapenzi, uaminifu na kuaminika siku zote hujitokeza kwenye sehemu ya juu ya orodha hiyo.*173*

Ni muhimu kutambua kwamba watu huangalia kwa makini watu unaochagua kushirikiana nao, na bila shaka watatathmini tabia yako kulingana na tabia ya marafiki zako. Benjamin Franklin alisema, "Alalaye na mbwa, ataamka na viroboto."*174* Tunakuwa kama watu wanaotuzunguka. Tukizungukwa na watu wasio waaminifu ambao wako tayari kutumia njia za mkato ili wasonge mbele, basi tutajikuta tunavutiwa na tabia hiyo. Kwanza, tunavumilia tabia hiyo kisha tunaikubali, na hatimaye inakuwa tabia yetu.

Neno la ushauri kwa wale wanaojenga sifa ya uadilifu; waepuke wale wasioaminika. Usishirikiane na biashara zisizoaminika.

Usitoe vijisababu kwa ajili ya watu kama hao. Usijiruhusu kudanganywa na kuamini kwamba "ingawa wanaweza kuwa si waaminifu kwa wengine, hawatakosa kuwa waaminifu kwangu." Ikiwa mtu si mwaminifu katika nyanja moja ya maisha yake, unaweza kuwa na uhakika kuwa hatakuwa mwaminifu katika nyanya nyingine ya maisha yake.

Hupaswi kupuuza vitendo vidogo vya ukosefu wa uaminifu, kama vile mtu anayechukua magazeti mawili kutoka kwenye stendi ingawa alilipia moja tu. Ikiwa mtu atakosa kuwa mwaminifu katika mambo madogo, anawezaje kuaminiwa katika masuala mazito zaidi au katika mahusiano ya kibinafsi?

Ikiwa unataka urafiki wenye kufurahisha na watu watakaokuletea manufaa na kukutia moyo kutimiza hatima yako, basi kaa karibu na watu waadilifu. Uadilifu ndio ufunguo wa kuishi maisha ya kijamii yenye maana na yasiyo na majuto.

2. Faida za Kisaikolojia

Dhamiri safi hukuwezesha kuishi sasa bila kutatizwa kiakili au kihisia na maisha yako ya awali. Hisia ya kuwa na hatia inaweza kukusumbua. Kile kilichofichwa hatimaye kitafichuliwa. Lakini huhitaji kufungwa na majuto ya maisha yako ya awali. Mtu mwadilifu hukubali makosa ya kibinafsi, na hiyo husababisha majuto na toba, ambayo

husababisha msamaha na urejesho. Ingawa kukabiliana na makosa yako kunaweza kuonekana kuwa jambo la kutisha, hatua hiyo si ya kutisha kuliko kukabiliana na matokeo mabaya yatakayotokea baada ya ufisadi kugunduliwa. Kuwajibika hutangulia mabadiliko yoyote katika mwenendo au tabia. Wale wanaokubali makosa yao kabla ya wengine kuyagundua wana uwezekano mkubwa wa kurekebishwa na kukumbatia uadilifu. Hisia ya kuwa na hatia, aibu na hofu mara nyingi havisababishi mabadiliko ya kudumu ya tabia. Hofu ya kupatikana na hatia inaweza kuwa kizuizi kizuri, lakini ni suluhu mbaya.

Toba ni karama yenye thamani. Waliosamehewa wanajua faida ya dhamiri safi, furaha, amani, upendo na kuridhika. Wanasaikolojia wamegundua kwamba tabia ya uadilifu huleta uhuru wa kihisia. Hiyo inaeleza kwa nini mtu mwaminifu hutembea akiwa amejiamini na akiwa salama.*175* Uaminifu ni zawadi ya ajabu. Mtu mwadilifu hutimiza ahadi na huepuka kuweka ahadi haraka. Anajitolea kufanya kile alichoahidi bila kutoa vijisababu. Athari ya kisaikolojia ya kutimiza ahadi zako ni kubwa. Unaimarisha hadhi, uaminifu, taadhima, ushawishi na uhalisi wako. Mtu mwadilifu huwajibika katika kukuza tabia bora.

3. Faida za Kifedha

Kuna ushahidi wa kuaminika kwamba kuendesha biashara kwa uadilifu huleta faida nzuri ya kifedha. Ikiwa mteja hamwamini muuzaji, kuna uwezekano mkubwa kwamba hatanunua kile anachouziwa. Wamiliki wa biashara wanaelewa kuwa kuzingatia maadili haisadii tu kuvutia wateja wanaofaa bali pia kunahifadhi wafanyakazi wanaofaa.

Uadilifu huenda ndio kisababishi kikuu cha mafanikio. Utafiti uliofanywa mwaka wa 2000 miongoni mwa wafanyakazi wa hoteli wenye kiwango cha juu kuliko wastani wa uadilifu wa mfanyakazi, uligundua kuwa tabia hiyo moja ilisababisha ongezeko la faida la dola 250,000 za Marekani kwa kila hoteli kwa mwaka.*176* Utafiti mwingine uliofanywa mwaka wa 2015 ulihitimisha kuwa uaminifu na uadilifu huleta manufaa katika biashara. Watafiti waligundua kuwa kampuni za Maafisa Wakuu Watendaji ambao wafanyakazi wao waliwapa alama za juu katika tabia zilipata faida ya wastani ya 9.35% kutokana na mali inayomilikiwa na kampuni husika katika kipindi cha miaka miwili, zikilinganishwa na kampuni ambapo Maafisa Wakuu Watendaji walipata alama za chini katika tabia zilizopata faida ya wastani wa 1.93% tu. *177* Ni kampuni gani inaweza kumudu kuwa na Afisa Mkuu Mtendaji asiye mwadilifu?

Wakufunzi wa masuala ya biashara wanatambua kuwa ushirikiano unategemea kila mwanachama kuwaamini wengine. Uadilifu huhamasisha ushirikiano. Ushirikiano huwezesha maono kutimizwa. Uadilifu huchochea ushirikiano kwani timu yenye umoja ina uwezo wa kutekeleza miradi mikubwa na muhimu zaidi. Uadilifu huongeza kandarasi za biashara, uandikishaji wa wanafunzi katika shule, viwango vya utoaji kanisani na usajili katika vyombo vya habari. Tabia bora huleta faida katika malipo ya kibinafsi na ya kishirika. Ukweli ni kwamba uadilifu huongeza faida ya kifedha.

Ufisadi huahidi faida ya muda mfupi na huleta maumivu ya muda mrefu. Iwe katika biashara, serikali, kanisa au michezo, sanaa, vyombo vya habari au burudani (m.s.v.b.), kupambana na ulaghai na hongo kunahitaji kila mtu katika shirika ajitolee. Kufanya kazi kwa njia inayozingatia maadili kunahakikisha mafanikio ya muda mrefu. Kunalinda sifa, kunaepuka hasara kutokana na kesi za kotini na kunajenga jamii aminifu yenye tija. "Maana wanyofu watakaa katika nchi, na wakamilifu watadumu ndani yake. Bali waovu watatengwa na nchi, nao wafanyao hila watang'olewa."*178*

Ukosefu wa uadilifu huondoa motisha. Kampuni zisizo na utamaduni mzuri zina wafanyakazi wanaopoteza wakati, rasilimali na nguvu. Linganisha kampuni hizo na zile zenye utamaduni wa uadilifu. Tija mahali pa kazi huongezeka kadiri idadi ya saa za kulipwa inavyoongezeka, huku utendakazi wa wafanyakazi pia ukiongezeka. Uadilifu hukuza bidii inayohitajika kwa ajili ya udumishaji mwafaka wa vifaa. Pia hupunguza hasara kutokana na uzembe na wizi.

4. Faida ya Uendelevu

Faida inayopatikana bila uadilifu ni ya muda mfupi na haiwezi kudumu. Faida inayopatikana kwa uadilifu ni endelevu. Itaendelea kukua. Badala ya kutoa faida ya mara moja, faida ya uadilifu huendelea. Uendelevu ni matokeo ya uadilifu.

Uaminifu ni kama mafuta kwenye injini. Uaminifu huwezesha injini ya maisha kufanya kazi vizuri. Bila mafuta safi, injini itashindwa kufanya kazi. Uadilifu huwezesha shughuli kuendelea. Warren Buffet, mwenyekiti na afisa mkuu mtendaji wa kampuni ya Berkshire-Hathaway alisema, "Katika kutafuta watu wa kuajiri, tafuta sifa tatu: uadilifu, akili na msukumo. Ikiwa hawana sifa ya kwanza, hizo mbili zingine zitakuua."*179*Ukosefu wa uaminifu hatimaye huwaletea watu madhara. Huenda isiwe leo au hata miaka mingi ijayo, lakini wakati fulani, kutakuwa na adhabu. Wale wanaoishi bila uadilifu watafichuliwa.

Kwa nini waovu wanazidi kuwa na mamlaka? Watu wanaweza kupata mamlaka haraka na kwa urahisi ikiwa wako tayari kutumia njia za mkato bila kuzingatia maadili. Sote tunaweza kufikiria watu ambao hawakuwa waadilifu lakini bado walifanikiwa, na wengine huonekana hawawezi kukamatwa. Mifano kama hiyo huonyesha dhana potovu kwamba ufisadi huleta mafanikio. Lakini ufisadi ni kama bwana asiyesamehe ambaye madai yake ya kutaka malipo hayaishi kamwe. Ukosefu wa uaminifu unaweza kutoa manufaa ya muda mfupi, lakini hayatadumu kamwe. Hatimaye, kile mtu anachopanda atakivuna. Asipokivuna sasa, basi watoto wake au wale walio karibu naye siku moja watakivuna.

5. Faida ya Mwelekeo

Mfalme Sulemani alisema, "Ukamilifu wao wenye haki utawaongoza bali ukaidi wao wenye fitina utawaangamiza."*180* Uadilifu hutoa mfumo wa kuaminika wa mwongozo wa ndani kwa ajili ya maamuzi makubwa na

madogo. Kadiri unavyozidi kufuata mwelekeo unaotolewa na uadilifu, ndivyo utakavyozidi kujifunza kutegemea uaminifu wake. Mfalme Sulemani alisema, "Haki yao wenye haki itawaokoa; bali wafanyao fitina watanaswa kwa hila yao wenyewe."*181*

Je, unakumbuka kielelezo cha Yusufu, ambaye alipinga kishawishi kikali cha kufanya uzinzi? Alishaamua awali maadili atakayofuata. Uaminifu wa kingono una faida isiyopingika. Dakika chache za tamaa haziwezi kulinganishwa na upendo unaodumu maisha yote. Kila mtu lazima achague kati ya tamaa na upendo! Mtu hawezi kupata vyote viwili; tamaa itameza upendo au upendo hautaruhusu tamaa. Tafiti zimelinganisha furaha na kutosheka kunakopatikana kutokana na dakika chache za uasherati na kutosheka kunakopatikana katika maisha ya kujamiiana katika ndoa. Watu waaminifu kwa wanandoa wenzao walibainika kuwa wenye furaha na walioridhika zaidi.*182* Kutosheka kingono kwa njia ya kudumu kunawezekana katika ndoa. Hamu ya ngono inayotoshelezwa kupitia upendo unaoshirikisha nafsi nzima ya mtu ni bora zaidi kuliko raha ya kimwili pekee. Uhusiano wa kimwili unapaswa kuwa bila aibu na bila utupu. Ngono ya majaribio au nje ya uhusiano halali haiwezi kulinganishwa na upendo wa kweli.

Njia inayoongoza mbali na uadilifu hupotosha kwa upole, mara nyingi kwa njia isiyoonekana. Lakini uadilifu huweka ishara kwenye barabara ya maisha. Ishara humtahadharisha dereva kuhusu hatari na zinampa mwelekeo sahihi. Madereva wakipuuza ishara iliyowekwa na serikali, watakuwa wanaendesha gari wakiwa wamejiweka hatarini. Uadilifu ni serikali ya ndani inayoweka ishara kwenye barabara ya maisha kwa ajili ya ulinzi wetu.

6. Faida ya Uaminifu

Maoni kuhusu mwenendo usioaminika huenea kama moto. Uadilifu huzalisha uaminifu katika mahusiano yote. Mtu akikuamini, ataeneza habari ya uaminifu wako. Pendekezo bora zaidi ni ushuhuda wa kutoka kinywani mwa mtu. Pendekezo la aina hiyo hujenga sifa bora. Thamani ya uaminifu haiwezi kupimika. Kuweza kuaminika huzalisha uaminifu kutoka kwa biashara, serikali, makanisa na shule. Ondoa uwezo wa kuaminika na uaminifu utatoweka. Wawekezaji hutafuta washauri wa kuaminika kwa ajili ya uwekezaji wa rasilimali zao. Wasimamizi watawapa wafanyakazi majukumu ya ziada na fursa za kujiendeleza. Kampuni bora hukuza wateja waaminifu. Wachungaji wanaoonyesha uadilifu wana washirika wanaowafuata.

7. Tabia Bora

Uadilifu huchukua jukumu la kukuza tabia bora. Ni jambo la kutekeleza kwa kujitolea, si kwa kupendelea. Uadilifu huanza na maamuzi madogo ya kila siku, ambayo yanageuka kuwa mienendo, na baada ya muda, tabia. Ukikosa kuzingatia taadhima yako katika mambo madogo yenye matokeo madogo, basi utakosa kuwajibika kwa urahisi katika mambo muhimu zaidi yenye matokeo makubwa. Kazi muhimu zaidi ya malezi bora ni kukuza tabia ya mtoto. Ukuzaji wa uadilifu ni muhimu zaidi kuliko mambo mengi ambayo kwayo wazazi hutumia wakati na pesa nyingi.

Sote tunahitaji kufunzwa ili kukuza tabia bora. Ni nani mshauri wako au kielelezo chako? Kwa nini ulimchagua? Ikiwa mshauri wako ni jasiri, utakuwa jasiri. Ikiwa ni mwaminifu, utakuwa mtu mwaminifu. Kielelezo bora zaidi ninachofuata ni Yesu Kristo. Ninaposikia mtu akisema, "Una mtazamo kama wa Kristo," hiyo ndio pongezi yangu kuu zaidi.

8. Thawabu ya Kudumu

Isaya, mtu mwenye ushawishi mkubwa wa kijamii na kisiasa katika Himaya ya Babeli, alitoa maoni yafuatayo:

> "Wenye dhambi walio katika Sayuni wanaogopa; tetemeko limewashika wasiomcha Mungu; ni nani kwetu sisi awezaye kukaa na moto uangamizao? Jibu ni rahisi: Ishi kwa haki, sema ukweli, jitenge na unyanyasaji, kataa hongo, kataa vurugu na ujiepushe na burudani mbaya. Hivyo ndivyo unavyoinua kiwango chako cha maisha! Kuza njia salama na thabiti ya kuishi na ukuze namna ya kuishi yenye manufaa na ya kuridhisha.'"*183*

Uadilifu hujenga kiwango cha maisha, hukuza mwelekeo thabiti wa maisha na hukuwezesha kuishi kwa njia ya kuridhisha. Jon Huntsman

Sr. ambaye ni bilionea, alianzisha kampuni ya kemikali bila chochote na akaikuza hadi ikawa biashara yenye thamani ya dola 12,000,000,000. Kitabu chake kinachoitwa *Winners Never Cheat: Even in Difficult Times* kimejaa masimulizi yaliyotolewa katika matukio aliyopitia yeye mwenyewe ambapo alikataa kulegeza msimamo wake wa kimaadili. Huntsman anadai kuwa uadilifu ndio sababu ya mafanikio yake. Anasema, "Hakuna njia za mkato za kupuuza maadili katika shughuli za kibiashara na za kimaisha." Huntsman anaamini, "...kimsingi, kuna aina tatu za watu, wale ambao hawajafanikiwa, wanaofanikiwa kwa muda mfupi na wale ambao wanafanikiwa na wanabakia kuwa na mafanikio. Tofauti ni tabia zao."[184]

9. Faida ya Kitaifa

Haki huinua taifa bali dhambi ni aibu ya watu wowote.[185] Maisha yanaweza kuwaje katika nchi inayoongozwa kwa uadilifu? Je, ukosefu wa ufisadi unaweza kuleta tofauti gani katika maisha yako? Nakuhimiza ufikirie juu ya athari zinazoweza kutokea uadilifu ukitawala taifa lako!

> Viwango vya *uhalifu* vitapungua, na hali ya usalama itaongezeka.
>
> *Familia* itaimarika huku matatizo ya kifamilia yakipungua.
>
> *Uchumi* utaimarika kwa sababu unyanyasaji ulaghai, hongo na matumizi mabaya ya fedha yatapungua. Matokeo yake yatakuwa ukuaji mkubwa wa uchumi.
>
> *Afya* ya watu itaimarika. Magonjwa mengi yanayohusishwa na msongo wa mawazo, hofu, hasira, kutosamehe na tamaa, pamoja na magonjwa ya kihisia na kisaikolojia, hupata tiba katika uadilifu.
>
> Uadilifu utasaidia kuvutia uwekezaji mkubwa wa kigeni. Fikiria siku ambayo msaada utasambazwa ipasavyo. Na je, kama mikataba ingeheshimiwa kati ya nchi na wawekezaji? Hiyo itavutia uwekezaji mkubwa uliyoje!

Taifa linapokuwa na msingi wa uadilifu, wana na mabinti hawatakimbia nchi yao ili kutafuta mahali pazuri zaidi. Mfalme Sulemani alibuni methali hii, "Mtu mwema huwaachia wana wa wanawe urithi."[186] Mtu mwenye hekima huachia vizazi vya baadaye kitu cha thamani. Inasikitisha ikiwa kizazi kimoja kitasababisha kizazi kijacho kuwa katika hali mbaya zaidi. Je, unataka kuwaachia watoto na wajukuu zako urithi wa aina gani? Je, matokeo ya matendo yako ya haki yatazuia mawingu yanayokuja ya mafadhaiko, kuvunjika moyo, hasira na madeni? Uadilifu utaleta siku mpya angavu yenye matumaini.

10. Faida za Kiroho

Naangazia faida hii mwisho kwa makusudi kwa kiasi fulani

kwa sababu hadhira yetu inajumuisha Wakristo na wale ambao hawajitambulishi kama Wakristo. Ninatumai kwamba mwongozo huu utasaidia watu katika makundi yote mawili kuwa watu waadilifu. Ninaamini kwamba kutafuta uadilifu kwa dhati kunahitaji kujitolea, ujasiri, jamii na Kristo.

> *Kujitolea* – kwa sababu utakengeushwa na kujaribiwa kuacha uadilifu.
> *Ujasiri* – kwa sababu changamoto ya kuishi maisha yenye uadilifu inahitaji kufanya uamuzi kwa ujasiri.
> *Jamii* – kwa sababu tunakuwa na nguvu, busara na ushawishi zaidi tukiwa pamoja.
> *Kristo* – kwa sababu sisi sote tunahitaji nguvu zaidi ya sisi wenyewe ili tuwe jinsi tunavyotamani kuwa.

Uadilifu ni mojawapo ya sifa za Mungu ninazozipenda zaidi. Mungu ninayempenda hutenda kwa uadilifu; yeye ni uadilifu. Biblia inapomweleza kama Mungu aliye kamili, neno hilo linamaanisha yeye ni mwema kabisa. Najua mimi si mwema kama ninavyotamani kuwa, lakini Mungu ni mwema. Jitihada zangu za dhati mara nyingi hazitoshi. Nahitaji zaidi ya mkufunzi. Nahitaji mtu ambaye anaweza kunisaidia kubadilika na anaweza kuweka moyo mpya ndani yangu; mtu ambaye anaweza kunipa kile ambacho sina lakini nakitamani kweli.

Kwa zaidi ya miaka hamsini, nimewatazama wanaume na wanawake, vijana kwa wazee, wakigundua msaada unaopatikana kutoka kwa Mungu. Ninapenda kusikia masimulizi yao ya jinsi maisha yalivyobadilika walipomwomba Mungu msaada. Nina hakika kwamba Mungu anaweza kumsaidia mtu yeyote kukua katika uadilifu kwa sababu amenisaidia kufanya hivyo. Nguvu yake iimebadilisha udhaifu wangu. Si kwamba nimepata mafanikio kamili, lakini ninasonga mbele. Nimepiga hatua mbele. Ninakuwa mtu mwadilifu.

Makosa yetu ya kibinadamu yanaweza kufanya maadili yasambaratike. Ufisadi huangamiza. Biblia inaweka wazi kwamba Mungu aliwapa wanadamu karama ya toba ili mtu yeyote aweze kujenga upya uadilifu na kukuza tabia bora. Neema ya msamaha inafungua mlango wa urejesho. Uadilifu unatoka kwa Mungu. Ni kitu cha asili katika masuala ya kiroho. Bila Mungu, unachobakia nacho ni dini, sheria na taratibu za ibada. Lakini imani ni chanzo cha uadilifu. Uadilifu hufanya kazi kwa sababu upendo, furaha, amani, tumaini, utu wema, upole, uvumilivu na kiasi hutoka kwa Mungu hadi kwetu. Hayo yote hutiririka kama maji ya kijito kwa mtu mwenye kiu ya uadilifu. Wakristo na watu wasio Wakristo wanaweza kuwa waadilifu. Hata hivyo, kuna faida ya pekee katika kumwalika Mungu akusaidie.

Unakumbuka nembo ya cli? Mtu mwadilifu ni kama mti uliopandwa kando ya mito ya maji yaliyo hai, uzaao matunda kwa majira yake; majani yako hayatanyauka, na kila ufanyalo kwa uadilifu litafanikiwa.

Na tukue!

Vipengele Vitano Vya Msingi

Vipengele vitano vinavyofungamana vya mpango mkakati wa cli

Miongozo: inawasilisha taarifa za msingi zinazohitajika ili mtu awe mwadilifu. Miongozo inatoa maelekezo ya kujifunza kwa ajili ya ukuaji wa kibinafsi na mafunzo ya kikundi. Mwongozo wa cli utamwandaa kila mshiriki kukuza Nguzo sita za uadilifu kama mtindo wa maisha.

Vikundi: ni vikundi vya hadi watu kumi wanaokutana kujifunza mwongozo wa cli. Wanatiana moyo katika kutekeleza kila nguzo. Vikundi vinachukua maelezo yaliyo katika mwongozo na kuyatumia maishani. Ukuaji wa kibinafsi hutokea vyema zaidi kupitia kutiwa moyo na kikundi.

Kushiriki katika kikundi huwawezesha washiriki kupiga hatua kutoka kupokea taarifa hadi kuitumia na kukubali kuwajibika kwa hiari katika suala la uadilifu.

Nguzo: nguzo ndio msingi wa mafunnzo ya cli na zinawakilisha sifa sita za msingi zinazohitajika kwa ajili ya kukuza mtindo wa maisha yenye uadilifu. **Tulichagua sitiari hii kwa sababu nguzo za kale zilisimama kama misingi yenye kuvutia, yenye nguvu na yenye kudumu.**

Nguzo ya Ushawishi

Hustawisha kusudi la MAMLAKA.
Matumizi ya mamlaka kwa ubinafsi husababisha umaskini na ukandamizaji.
Matumizi ya mamlaka bila ubinafsi husababisha manufaa na fursa.

Nguzo ya Uaminifu

Hustawisha MAHUSIANO bora
Watu wasioweza kukuamini hawatajenga uhusiano na wewe. Watu wanaoweza kukuamini watataka kuwa na uhusiano na wewe.

Nguzo ya Taadhima

Hustawisha UWEZO
Taadhima isipotolewa, watu hufungwa na hofu, ubinafsi na kutojiamini. Taadhima inapotolewa, upendo, ukarimu na hisia ya kujiamini huweka watu huru.

Nguzo ya Hadhi

Hustawisha UTAMBULISHO wetu
Hadhi isipozingatiwa, watu wanaweza kulaghai na kuangamiza wenzao kwa urahisi. Hadhi inapozingatiwa, watu watawathamini na kuwalinda wenzao kwa urahisi.

Nguzo ya Ukweli

Hustawisha uwezo wa KUTEGEMEWA
Ukosefu wa uaminifu hauleti kamwe mafanikio endelevu

Uaminifu ndio njia pekee ya kupata mafanikio endelevu.

Nguzo ya Uhalisi

Hustawisha TABIA
Bila uhalisi, watu huhoji utambulisho wao na kwa nini wanaishi. Watu wanaotambua uhalisi wao wanajua wao ni akina nani na kwa nini wanaishi.

Milima: inawakilisha nyanja saba za ushawishi katika kila utamaduni. Sitiari hii inasaidia kuwahakikishia cli kwamba ushawishi wa uadilifu unamfikia kila mwanajamii. Bill Bright na Loren Cunningham walikuwa wa kwanza kufafanua jamii kwa kutumia milima 7.[187] cli

cli imechukua dhana hiyo kwa ujumla na kuitumia katika mkakati wetu wa kuendeleza vuguvugu la uadilifu. Milima 7 ambayo cli inatumia ni: elimu, biashara, familia, serikali, kanisa, taaluma na m.s.v.b. (michezo, sanaa, vyombo vya habari na burudani).

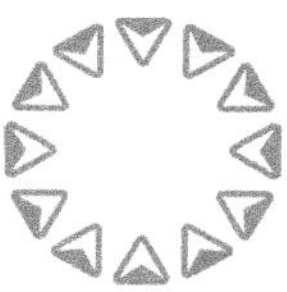

Mikutano ya kilele: huhamasisha watu ambao wamekamilisha mafunzo ya kikundi na huwaandaa watu kudumisha kujitolea kwao kuishi kwa uadilifu. Mikutano ya kilele pia hutoa habari kwa watu ambao wangependa kujifunza mengi zaidi kuhusu uadilifu. Wahudhuriaji hutiwa moyo kupitia shuhuda za kibinafsi, wanenaji wenye kutia moyo na vipindi vya mafunzo vyenye nguvu. Mara nyingi jambo kuu la mkutano wa kilele ni kuwaagiza rasmi watu ambao wamejitolea kuishi maisha ya uadilifu.

Je, Vuguvugu la cli ni Endelevu?

cli inaamini kwamba kukuza mtu mmoja mwadilifu kwa wakati mmoja ndio njia bora zaidi ya kuunda vuguvugu endelevu la uadilifu. Baada ya kukamilisha mafunzo ya kikundi, washiriki wanafuzu. Wakati wa sherehe ya kufuzu, wanapokea agizo

la hadharani la kuishi maisha ya uadilifu. Agizo wanalopokea linajumuisha ahadi ya kibinafsi na Cheti. Kisha kila mmoja aliyefuzu anaalikwa kuongoza kikundi.

Sheria hazitoshi kudumisha maisha yenye uadilifu. Uadilifu huanzia moyoni. Katika kitabu cha Henry Cloud kinachoitwa *Integrity: The Courage to Face the Demands of Reality,* anasema kuwa uadilifu unaweza kulinganishwa na mikondo miwili ya maji inayojitokeza nyuma ya meli inaposafiri baharini. Mkondo mmoja unawakilisha tabia, na mwingine unawakilisha mwenendo. Yote miwili ina umuhimu sawa. Ukimchunguza mtu mwadilifu, unagundua kwamba matendo yake yanaacha nyuma yake mkondo wa tabia bora na mkondo wa mwenendo unaozingatia maadili.*188*

Mipango ya Masomo

Utangulizi

Lengo

Kukuza hisia ya ujamii miongoni mwa washiriki wa kikundi. Kuwapa washiriki nafasi ya kujitambulisha kwa wenzao kutatimiza lengo hilo. Mwalike kila mshiriki wa kikundi ashiriki kwa nini anatamani kuwa mtu mwadilifu.

KIJAMII
Kitendo cha

Kiongozi wa kikundi anaanza mkutano wa kwanza kwa kushiriki matumaini yake kwa ajili ya kikundi na hamu yao ya kuwa watu waadilifu.

Zoezi

Mwalike kila mshiriki ashiriki mambo manne kujihusu;
○ jina, familia, taaluma, jinsi alivyopata habari kuhusu kikundi. ○ ashiriki jambo ambalo angependa kila mtu ajue kumhusu.
○ ashiriki jambo ambalo watu wachache wanajua kumhusu. ○ ashiriki kile kilichomhamasisha kujiunga na kikundi.

KUJIFUNZA

Hakikisha kila mtu ana Mwongozo wa cli. Pitia Utangulizi. Hakikisha unaeleza jinsi zile nguzo sita zinavyounda msingi wa uadilifu.
Ni gani kati ya zile aina nne za uadilifu zinatumika katika maisha yako? Ulijifunza nini kuhusu uadilifu kutokana na simulizi la Theodore Cooper na janga la Daraja la Jiji la Quebec?

UADILIFU KUPITIA UWAJIBIKAJI

Orodhesha sababu kumi kwa nini kuwa mtu mwadilifu ni

jambo la kipaumbele.
Himiza washiriki wa kikundi wasome Nguzo ya Ushawishi na

NGUZO YA USHAWISHI

MPANGO WA SOMO LA 1

Lengo

Utashawishi wengine na wengine watakushawishi. Sura hii inatupa changamoto ya kuzingatia ushawishi wetu na kuchunguza ushawishi ambao wengine wanayo kwetu.

KIJAMII
Kitendo cha

Waalike washiriki wa kikundi washiriki na wenzao orodha zao za sababu kumi kwa nini kuwa mtu mwadilifu ni jambo la kipaumbele.

Zoezi

Mwalike kila mshiriki ashiriki kuhusu mtu ambaye alikuwa na ushawishi chanya katika maisha yake. "Mtu huyu alishawishije mawazo au tabia zao?"
Ikiwa wakati unaruhusu, uliza swali hilo hilo kwa mtazamo hasi.

KUJIFUNZA
Uadilifu unatoa msingi wa matumizi sahihi ya mamlaka. Maswali

ya kumsaidia kiongozi:

Jev, fumbo la mamlaka hufanya kazi kwa jinsi gani?
Je, kiburi cha Yusufu na mtazamo wake juu ya kaka zake vilishawishije simulizi lake?
Je, umewahi kukabiliwa na upendeleo? Shiriki kile

kilichotokea.
Hasira ya ndugu za Yosefu iligeuka kuwa dhuluma, ni nini kilichochea matendo yao?
Je, dhuluma inaweza kuhalalishwa?
Je, umewahi kushtakiwa kwa madai ya uwongo? Ulishindaje hali hiyo? Maadili yanahitaji kuwekwa na kudumishwa. Je, wiki iliyopita, ulikumbana na upinzani wowote dhidi ya maadili yako?

UADILIFU KUPITIA UWAJIBIKAJI

- Kukosa kujiandaa ni kujiandaa kushindwa.
- Je, ni tabia gani unataka kuboresha au kuimarisha? • Shiriki tabia unayotaka kukuza.
- Kisha, ukijumuisha mchango kutoka kwa kikundi, buni hatua rahisi za kuimarisha tabia hiyo.
- Kabla ya mkutano unaofuata wa kikundi, fikiria mtu ambaye ungependa kumwomba awe mshauri wako. Fikiria mpango utakaofanya uhusiano huo wa ushauri ustawi.

MPANGO WA SOMO LA 2

Lengo

Jambo muhimu la somo hili ni kwamba washiriki watambue tofauti kubwa kati ya kutumika ili kufanikisha masilahi ya kibinafsi na kutumikia masilahi ya wengine.

Kitendo cha KIJAMII

Tangu mkutano wetu wa mwisho wa kikundi, kuna wakati ulitambua "Mimi ni mshawishi," au "Kuna mtu ananishawishi." Tuambie kuhusu wakati huo.

Zoezi

Je, ulimchagua mtu ambaye ungependa awe mshauri wako? Eleza kikundi kuhusu vipengele kadhaa vya mpango wako wa ushauri.

KUJIFUNZA

Uadilifu unatoa msingi wa matumizi sahihi ya mamlaka. Maswali ya kumsaidia kiongozi:

Je, ni kweli kwamba kila mtu ana ushawishi?
Uadilifu una ushawishi mkubwa sana; je, ni jinsi gani zile sifa 5 za msingi zinahakikisha mafanikio?
Je, mtu anayetawaliwa na ubinafsi anaweza kuongoza ili wengine wanufaike?
Je, kwa nini kuzingatia masilahi ya kibinafsi kunazuia msamaha?

UADILIFU KUPITIA UWAJIBIKAJI

Je, kuna mtu yeyote aliyekuumiza ambaye unahitaji kumsamehe? • Machungu na hasira yako vinakudhuru. Ni nini kinakuzuia
kusamehe? Fanya uamuzi kwamba utasamehe.
Sisi sote tuna ushawishi. Je, unawezaje kutumia ushawishi wako nyumbani, kazini, katika jamii au kanisani kufanya mambo kuwa bora kwa wengine na kwako mwenyewe?
Sisi sote tunapambana na ufisadi. Ni wapi unapata shinikizo la kukubali ufisadi?
Je, uko tayari kufanya nini ili kufanya ufisadi usikubalike?
Je, kiongozi anayehamasishwa na kufanikisha masilahi ya kibinafsi huwafikiria wengine hali zinapobadilika?

NGUZO YA UAMINIFU

MPANGO WA SOMO LA 1

Lengo

Kuchagua kutoa msamaha hutokea kwa kufanya uamuzi; lakini kuaminika hupatikana kwa kustahili na huimarika kadiri muda unavyopita. Washiriki watabeba jukumu la kujenga uwezo wa kuaminika na wengine na kuacha wengine wajenge uwezo wa kuaminika nao.

KIJAMII
Kitendo cha

Chagua mshiriki mfupi zaidi na mrefu zaidi wa kikundi. Mwagize yule mdogo amgeuzie mgongo yule mkubwa na yule mkubwa asimame nyuma ya yule mdogo. Kisha mwambie yule mdogo amwamini yule mkubwa kwamba atamshika anapoanguka kinyumenyume.
Sasa acha wabadilishane majukumu. Mwagize yule mkubwa amgeuzie mgongo yule mdogo na yule mdogo asimame nyuma ya yule mkubwa. Kisha mwambie yule mkubwa amwamini yule mdogo kwamba atamshika anapoanguka kinyumenyume.

Kabla ya kufanya uamuzi wa kuamini, ulizingatia mambo gani?

Zoezi

Tangu mkutano wetu wa mwisho, ulitarajiwa kuhalalisha, kuvumilia au kuficha ufisadi? Uliitikiaje au unatamani ungeitikiaje?

KUJIFUNZA

Uaminifu ndio msingi wa mahusiano. Maswali ya kumsaidia kiongozi:

Kwa nini kila uhusiano, uwekezaji, mwingiliano, mradi au mkataba unahitaji uaminifu?

Uaminifu hujengwa polepole na unaweza kuvunjwa haraka. Wakati mwingine mara moja. Jadili matokeo ya kuvunja uaminifu. (andika orodha ya angalau athari saba.)
Je, gharama za ukosefu wa uaminifu ni zipi?
Je, itagharimu nini ili kufungua akaunti ya uaminifu na mtu asiyekuamini?
Je, ni jinsi gani unaweka amana katika akaunti hiyo ya uaminifu?
Je, unapaswa kuruhusu sarafu kutoka kwenye akaunti yako ya uaminifu ziwekezwe kwa niaba ya mtu mwingine?

UADILIFU KUPITIA UWAJIBIKAJI

Je, umewahi kufikiri, "Ikiwa wamenisamehe, basi wanapaswa kuniamini?" Je, dhana hiyo ni halali?
Kwa nini ni vigumu kurejesha uaminifu uliovunjika? Je, kuna uaminifu uliovunjika ambao ungependa kuujenga upya?
Je, ni hatua gani unaweza kuchukua ili kurejesha uaminifu huo?

MPANGO WA SOMO LA 2

Lengo

Washiriki watajifunza sifa tano za msingi za mtu mwaminifu na kufundishwa kukuza sifa hizo za msingi katika mtindo wao wa maisha.

Kitendo cha KIJAMII

Tangu mkutano wetu wa mwisho, je, ulijaribu kurejesha uhusiano uliovunjika au dhaifu? Juhudi zako zilipokelewaje? Je, hilo lilikushangaza?

Zoezi

Je, unaweza kuelezaje mahusiano yako na washiriki wa kikundi tulipokutana kwa mara ya kwanza? Je, mahusiano yako yamebadilikaje katika wiki chache zilizopita? Je, unaweza kuwa mahususi katika suala la jinsi/kwa nini kiwango chako cha kuwaamini wenzako kimebadilika?

KUJIFUNZA

Uaminifu ndio msingi wa mahusiano.
Chunguza sifa tano za msingi hadi mwisho wa sura.
Kumbuka kwamba uaminifu ndio sarafu ya mahusiano, mtaji wa uongozi na pesa taslimu ya ushirikiano.

Maswali ya kumsaidia kiongozi kutoka kwenye sifa tano za msingi;

Kujitolea - Je, unapaswa kutoa ahadi wakati gani? Je, ahadi zinapaswa kutimizwaje?
Tabia - Je, ni tabia gani unazojaribu kukuza?
Mwenendo - Je, umeimarika zaidi au una udhaifu zaidi katika tabia zipi kati ya zile kumi za watu waaminifu?
Huruma - Watu waaminifu huwajali wengine. Kusikiliza na kuwa mkarimu huonyesha kuwa unajali. Fikiria njia nyingine tano ambazo unaweza kuonyesha kuwa unawajali wengine?
Mawasiliano - Je, umejifunza mambo gani ambayo yamekusaidia kuboresha ujuzi wako katika mawasiliano?

UADILIFU KUPITIA UWAJIBIKAJI

Je, unafikiri ni kisababishi kipi cha kuvunjika kwa uaminifu ndicho hatari zaidi? Kwa nini?
Je, unawezaje kutetea moyo wako dhidi ya kisababishi hicho cha kuvunjika kwa uaminifu? • Ili uwe na mtindo wa maisha yenye uadilifu, lazima uwe na zile sifa tano za msingi.
Na lazima uepuke sababu tano kuu za kuvunjika kwa uaminifu. Je, ni ipi kati ya hizo sababu tano ambayo ni changamoto kubwa kwako?
Katika wiki ijayo, fuatilia ni mara ngapi unakumbana na sababu tano zinazodhoofisha uaminifu.

NGUZO YA HADHI

MPANGO WA SOMO LA 1

Lengo

Wasaidie washiriki kuthamini hadhi ya watu wote, bila kujali umri, jinsia, kabila, tabaka au hali yao ya afya. Pia waandae kulinda hadhi yao wenyewe.

Kitendo cha KIJAMII

Waagize washiriki wa kikundi washiriki juhudi walizofanya katika kuweka sarafu za uhusiano katika uhusiano fulani.

Zoezi

Nelson Mandela alisema, "Viongozi wa magereza hufanya njama ya kumpokonya kila mtu hadhi yake. Jambo hilo hilo ndilo lililohakikishia kwamba nitaendelea kuishi, kwa kuwa mtu yeyote au taasisi yoyote itakayojaribu kunipokonya hadhi yangu haitafaulu, kwa sababu sitakubali kuipoteza kwa gharama yoyote au kwa shinikizo lolote."
Nelson Mandela alifanya nini ili kulinda hadhi yake? Fikiria yale yangetokea kama angepoteza hadhi yake!

KUJIFUNZA

Uadilifu hutoa msingi wa kuishi kwa hadhi inayofaa.
Somo kuhusu mwanamke Mmoabu aliyeishi Bethlehemu linatufunza mengi kuhusu nguvu ya hadhi katika kuongoza jinsi tunavyoishi.
Maswali ya kumsaidia kiongozi: Hadhi inamaanisha nini? Je, hadhi inaongozaje mtazamo wako juu ya wengine? Je, hadhi huhamasisha huruma au uwezo wa kuelewa hisia za wengine? Kwa nini hadhi huthamini utofauti?

UADILIFU KUPITIA UWAJIBIKAJI

Chukua noti mpya ya pesa. Waulize washiriki wa kikundi kama wangependa kuwa nayo? Watafanya nini nayo? Kisha kunjakunja noti hiyo na uulize maswali yale yale? Weka noti hiyo sakafuni na uikanyage. Kisha uuliza maswali yale yale tena? Kama vile pesa inavyobakia na thamani yake licha ya kuathiriwa na mambo ya nje, ndivyo watu wana hadhi isiyobadilika.
Fikiria mtu ambaye hadhi yake huenda inashambuliwa. Je, kuna njia unayoweza kumtia moyo?
Je, hadhi yako imewahi kutishiwa? Unawezaje kulinda hadhi yako?

MPANGO WA SOMO LA 2

Lengo

Hadhi ni kama mtetezi hodari kwako na kwa wengine. Washiriki watapokea manufaa yanayopatikana kupitia nidhamu binafsi.
Kitendo cha KIJAMII
Je, ulipata fursa ya kumsaidia mtu ambaye hadhi yake ilikuwa inashambuliwa? Tuambie kile kilichotokea.

Zoezi

Waombe washiriki kadhaa wa kikundi washiriki kile walichopitia katika mipango yao ya kula lishe bora au mazoezi ya kimwili. Je, walifanikiwa? Walipata faida gani ya kudumu?

KUJIFUNZA

Uadilifu hutoa msingi wa kuishi kwa hadhi inayofaa.
Ruthu alikuwa mtetezi mkubwa wa mabadiliko chanya katika maisha yake na ya Naomi.
Hadhi husababisha nidhamu binafsi na motisha kwa ajili ya ukuaji. Maswali ya kumsaidia kiongozi:
Je, ni jinsi gani hadhi huhamasisha mabadiliko?

Kwa nini hadhi hukataa kukubali udhalimu au umaskini? Je, uwezo wa kudhibiti tamaa zetu za kimwili huathiri vipi afya yetu ya kiakili, kihisia, kijamii na kiroho?
Azimio la kuishi kwa hadhi inayofaa linahitaji maamuzi ya kila siku. Maamuzi mengine ni muhimu kuliko mengine.
Je, maamuzi ya kuishi maisha yenye uadilifu huzidi kuwa rahisi? Kwa nini ndiyo au kwa nini la?

UADILIFU KUPITIA UWAJIBIKAJI

Ni lazima tukubali kuwajibika kwa ajili ya jinsi tulivyo sasa na jinsi tunavyotaka kuwa. Jiwekee alama katika suala la jinsi unavyojitunza katika nyanja ya lishe, mazoezi, usingizi na ukuaji wa kiakili.
Sasa kama mkufunzi wako binafsi, andaa mpango wa kujiboresha unaoweza kufuata.
Je, uko tayari kushiriki mpango wako na mtu yeyote ili aweze kukutia moyo na kukuwajibisha?

NGUZO YA TAADHIMA

MPANGO WA SOMO LA 1

Lengo

Washiriki wataelewa jinsi taadhima inavyotegemea tabia ya yule anayeitoa, si utendakazi wa yule anayeipokea. Watatambua jinsi taadhima inavyokuza mahusiano mazuri, na jinsi kukataa kuonyesha taadhima kunavyodhoofisha mahusiano.

Kitendo cha KIJAMII

Wiki iliyopita tulimaliza wewe ukiwa mkufunzi wako binafsi. Uliandaa mpango wa kujiboresha unaoweza kufuata. Je, kuna yeyote angependa kushiriki sehemu ya mpango wake?

Zoezi

Gawanya kikundi mara mbili. Patia kila kikundi maswali mawili yaliyo hapa chini. Agiza kikundi kimoja kitoe hoja za kuunga mkono kuwa kauli hii ni kweli na uagize kikundi kingine kitoe hoja za kutetea kuwa kauli hiyo ni ya uwongo.
1. Ukweli au Uwongo
Nikifanya jambo la kukuonyesha taadhima ingawa ulifanya jambo fulani kwa njia duni, je, matendo yangu yataimarisha tabia yako mbaya?
Je, inawezekana kumwonyesha taadhima mtu anayefanya ufisadi bila kuidhinisha matendo yake maovu?

KUJIFUNZA

Taadhima huhamasisha utimizaji wa uwezo.
Kuonyesha taadhima kunategemea tabia. Taadhima huchukua hatua kwanza, ni zawadi, na huachilia uwezo. Taadhima na

heshima zinafanana, lakini pia ni tofauti.
Maswali ya kumsaidia kiongozi:
Kwa nini inaonekana kuwa ni makosa kumwonyesha taadhima mtu ambaye, kwa maoni yetu, hastahili taadhima hiyo?
Matokeo ya kukataa kuonyesha taadhima ni yapi?
Je, wewe kwa kawaida huona kile kilicho hasi au chanya?
Je, kwa nini mazingira yasiyokuwa na taadhima hushindwa kuleta
matokeo yanayotarajiwa, iwe ni nyumbani, kanisani, shuleni, mahali pa kazi au katika jamii?
Je, aibu, hofu au hisia ya kuwa na hatia vilitumika kukudhibiti au kukuhamasisha? Hiyo ilikuwa na ufanisi kwa kiasi gani?
Kama ungekosolewa huku ukionyeshwa taadhima, je, hiyo ingeshawishi matendo yako?

UADILIFU KUPITIA UWAJIBIKAJI

Wafilipi 4:8 inatoa mojawapo ya miongozo bora zaidi ya kukuza mtazamo mzuri. Chukua muda wa kuandika *Wafilipi 4:8* kwenye kadi unayoweza kuhifadhi.
Kariri kauli hiyo yenye nguvu. Katika wiki inayokuja, kumbuka nyakati ambapo ulihitaji kutumia agizo hilo.
Je, ni nani unayetatizika kumwonyesha taadhima? Ni jinsi gani unaweza kumwonyesha taadhima wiki hii?

MPANGO WA SOMO LA 2

Lengo

Taadhima huwatia watu moyo kutimiza uwezo wao. Washiriki watachukua jukumu la kuwasaidia wengine kutimiza uwezo wao. Kila mtu anaweza kuwa
kiongozi wa hatima yake mwenyewe na kufaidika na kutiwa moyo na wengine.

Kitendo cha KIJAMII

Katika mkutano wetu wa mwisho, tulikubaliana kwamba tutatumia Wafilipi 4:8 katika maisha yetu ya kila siku. Shiriki jinsi kauli hiyo ilivyoshawishi
maamuzi, mazungumzo au hisia zako. Je, matumizi yako ya kauli hiyo yalishawishi uhusiano wako na watu wengine?

Zoezi

Chagua mtu mmoja kutoka kwenye kikundi kisha mwalike kila mtu katika kikundi kushiriki kitu kinachomvutia au anachokithamini kuhusu mtu huyo.
Kisha muulize mtu anayeonyeshwa taadhima, "Ulihisije ulipokuwa unaonyeshwa taadhima?"
Kisha, waulize watu wanaoonyesha taadhima, "Ulihisije ulipokuwa unaonyesha taadhima?"

KUJIFUNZA

Taadhima huhamasisha utimizaji wa uwezo.
Toa mifano kutoka katika maisha ya Daudi inayoonyesha jinsi taadhima ilivyomwathiri. Zingatia zaidi zile njia saba za jinsi taadhima inavyoleta manufaa.
Tafuta mifano ya hizo njia saba kutoka kwenye matukio ambayo washiriki wa kikundi wamepitia.
Maswali ya kumsaidia kiongozi:
Je, zawadi ya Yonathani ilifanikishaje mustakabali wa Daudi?
Je, matokeo ya kitendo hicho yaliathiri zaidi ya Daudi?
Lengo la makabiliano ni kutatua tatizo na wala si kumshambulia mtu. Je, taadhima inaongozaje utatuzi wa mizozo? Je, kwa nini Sauli alikataa kumwonyesha Daudi taadhima? Je, uamuzi huo ulimfanya Sauli awe mfalme bora au uliimarisha utawala wake? Kwa nini ndiyo au kwa nini la? Je, kwa nini mipaka ni muhimu sana ili kuwa na mahusiano bora? Je, kizazi cha wazee kinawezaje kuonyesha kizazi cha vijana taadhima? Je, kizazi cha vijana kinawezaje kuonyesha kizazi cha wazee taadhima?

UADILIFU KUPITIA UWAJIBIKAJI

Kama kiongozi, shiriki matatizo uliyokumbana nayo katika hali ambapo ulihitaji neema ya ziada kumwonyesha mtu taadhima. Kwa nini ilikuwa ngumu?

Agiza kikundi kiandae mkakati rahisi wa kumsaidia mtu mwingine kumwonyesha taadhima mtu katika maisha yake ambaye inaonekana ni changamoto kubwa kumwonyesha taadhima.

Amua kumwonyesha taadhima mtu ambaye unaona ni vigumu kumwonyesha taadhima. Kikundi kitakapokutana tena, njoo ukiwa
tayari kushiriki kile kilichotokea.

NGUZO YA UKWELI

MPANGO WA SOMO LA 1

Lengo

Washiriki watagundua jinsi uwongo ni suluhu ya muda mfupi, lakini mara nyingi husababisha athari za muda mrefu. Ukweli husaidia kutatua matatizo na huboresha maisha.

Kitendo cha KIJAMII

Je, ulimwonyesha taadhima mtu ambaye unaona ni vigumu kumwonyesha taadhima? Shiriki kile kilichotokea.

Zoezi

Je, unahisije wakati mtu unayemwamini anakudanganya?
Je, hiyo iliathiri vipi uhusiano wenu? Ikiwa ulichukua hatua fulani kwa sababu alisisitiza kuwa uwongo wake ndio ukweli, utapataje urejesho?
Je, kwa nini watu hufikiri kwamba uwongo utawafanya wawe salama zaidi?

KUJIFUNZA

Uadilifu unatoa msingi wa kuzingatia ukweli.
Sura hii inachunguza tofauti kati ya kupotosha ukweli pasipo kukusudia na kumdanganya mtu kwa makusudi. Ukweli hufanya kazi vyema zaidi kwa kushirikiana na zile nguzo nyingine za uadilifu.
Maswali ya kumsaidia kiongozi: Je, jambo linakuwa uwongo wakati gani?
Je, ni mashinikizo gani yanawafanya watu waamue kusema uwongo ili kujilinda? Uwongo unahitaji kuungwa mkono ili uendelee kuaminika. Kwa nini uwongo hutuweka utumwani?
Uweli hutusaidia kutatua matatizo, basi kwa nini ukosefu wa

uaminifu huruhusu matatizo kuendelea?

UADILIFU KUPITIA UWAJIBIKAJI

Wakati mwingine uwongo huonekana kuvutia zaidi na rahisi zaidi kusema kuliko ukweli. Kwa nini hivyo?
Je, ukweli hudhoofishwaje na zile Nguzo nyingine Tano za Uadilifu?
Tambua mashinikizo ya nje unayokabiliana nayo ili upotoshe ukweli. • Kuwa macho kuona wakati fursa ya kupotosha ukweli inajitokeza. Kuwa tayari kushiriki simulizi lako katika mkutano unaofuata wa kikundi.

MPANGO WA SOMO LA 2

Lengo

Katika somo hili, washiriki watajifunza nguvu ya ukweli katika kuboresha maisha. Aidha, kutakuwa na mjadala kuhusu miongozo unayohitaji kukuza wakati maadili yanagongana.

Kitendo cha KIJAMII

Je, ni hali gani zilitokea tangu tulipokutana ambazo zilikutia katika jaribu la kupotosha ukweli? Uliitikiaje?

Zoezi

Je, umewahi kudanganywa na madai yaliyotiwa chumvi au mahakikisho ya uwongo? Shiriki kile kilichotokea. Ulijifunza nini kutokana na tukio hilo? Je, unaweza kununua kitu kutoka kwa mtu huyo au kampuni hiyo tena?

KUJIFUNZA

Uadilifu unatoa msingi wa kuzingatia ukweli.
Ukweli ni kama silaha; kwa hivyo, jinsi unavyotumia ni muhimu. Ukweli haufichui tu ulaghai, bali hudumu zaidi

kuliko makosa.
Maswali ya kumsaidia kiongozi:
Katika utamaduni usiozingatia ukweli, kwa nini ukweli haupaswi kamwe kupoteza nguvu yake?
Je, ni jinsi gani ukweli unazuia kuenea kwa ufisadi?
Wakati maadili mawili yanagongana uamuzi bora kufanya ni upi?

UADILIFU KUPITIA UWAJIBIKAJI

Je, kuna nyanja ambapo unatatizika kuzingatia ukweli?
Kwa baadhi ya watu ni katika kushiriki habari na wengine, uwajibikaji katika masuala ya kifedha au kutimiza ahadi.
Je, kuna nyanja ambapo unatatizika kuwa mwaminifu? • Je, kuna nyanja yoyote ambapo unaogopa kufichuliwa?
Chukua muda kutambua nyanja hizo. Kisha chukua muda kuzingatia jinsi unavyoweza kuwa mwadilifu katika nyanja hizo.

NGUZO YA UHALISI

MPANGO WA SOMO LA 1

Lengo

Somo hili litawasaidia washiriki kuelewa jinsi uhalisi unavyotoa dira ya kusudi. Uhalisi hututambulisha sisi ni akina nani na kile kilicho na umuhimu wa kweli maishani.

Kitendo cha KIJAMII

Waalike watu washiriki wakati ambapo ukosefu wa uaminifu ulionekana kama suluhu bora zaidi na jinsi walivyokabiliana na jaribu hilo.

Zoezi

Onyesha kitu ambacho ni mwigo wa kitu cha thamani, kama vile saa, miwani ya jua, kalamu, n.k. Waulize wanakikundi jinsi wanavyoweza kutambua kama kitu ni cha kweli au bandia?
Je, kuna mtu yeyote kwenye kikundi amewahi kununua kitu ambacho aliamini kuwa ni halisi kisha akagundua kuwa ni bandia?

KUJIFUNZA

Uhalisi ndio msingi wa nafsi halisi.
Uhalisi hufanya kazi kama dira. Unaamua kusudi letu na utambulisho wetu.
Uhalisi unahitaji kwamba jinsi tulivyo na jinsi tunavyojidhihirisha iwe sawa. Jinsi tulivyo faraghani na hadharani lazima iwe sawa.
Maswali ya kumsaidia kiongozi:
Ikiwa uko tofauti na jinsi unavyojidhihirisha, nini kitatokea katika uhusiano wako na wengine na uhusiano wako na wewe

mwenyewe?
Tunaishi katika utamaduni wa "selfie." Je, kwa nini huwa tunaficha nafsi yetu halisi? Je, ni jinsi gani uhalisi unafanya kazi kama dira ya nafsi yako halisi? Je, ni jinsi gani unaambatanisha jinsi ulivyo na jinsi unavyosema ulivyo?

UADILIFU KUPITIA UWAJIBIKAJI

Ni muhimu kuzingatia ukweli juu yetu sisi wenyewe. Ili kuelewa mawazo yako ya ndani, hisia na maono yako, unahitaji kupunguza kasi na kuchukua muda wa kutafakari. Je, ni changamoto zipi zinazokuzuia kuwa na muda wa utulivu wa kibinafsi? Unawezaje kushughulikia kila kimoja cha vizuizi hivyo?
Jadili mawazo yanayoweza kusaidia kupanga muda wa utulivu wa kibinafsi wenye manufaa. • Fikiria kupanga tarehe na uanze maandalizi yako ya muda huo wa utulivu.
Ni lazima utenge muda wa kutosha (si chini ya saa 6) ili uweze kuelewa mawazo, hisia na maono yako.
Katika mkutano unaofuata, shiriki na kikundi mpango wako au matatizo uliyopata katika kujitolea kufuata mpango huo.

MPANGO WA SOMO LA 2

Lengo

Lengo la somo hili ni kuwawezesha washiriki kuona hatari ya kujifanya na kuwahamasisha kuwa halisi na wao wenyewe, wengine na Mungu.
Uadilifu unahitaji zaidi ya kujionyesha kwa nje au ahadi; unahitaji uwe na tabia bora. Uadilifu huanzia moyoni, si akilini.

Kitendo cha KIJAMII

Agiza washiriki wa kikundi washiriki mipango yao ya kuwa na muda wa utulivu wa kibinafsi. Kwa nini ilikuwa vigumu kupata wakati wa kuwa na muda huo wa utulivu wa kibinafsi?

Zoezi

Leo kuna mamilioni ya wasifu bandia zilizoorodheshwa kwenye tovuti kama vile Facebook, Instagram na Twitter. Je, kwa nini watu hutaka kuwa jinsi wasivyo?

KUJIFUNZA

Uhalisi ndio msingi wa nafsi halisi.
Katika somo hili, tunazingatia kikundi cha watu, ambao licha ya mazungumzo yao na matendo yao hadharani, hawakuishi maisha ambayo yaliunga mkono madai yao. Walikuwa walaghai. Kujifanya kwao
kulisababisha matokeo makubwa. Maswali ya kumsaidia kiongozi:
Mafarisayo hapo mwanzoni walikuwa watu waadilifu lakini polepole wakaanza kuwa na tabia
za unafiki.
Je, kujitenga na uadilifu polepole hutokeaje?
Mafarisayo walijidanganya wenyewe kwa kuchukulia kuwa hawakuwa wabaya sana. Sisi sote tuna uwezo kama huo wa kujidanganya wenyewe. Je, tunawezaje kujilinda
dhidi ya kujidanganya wenyewe?
Je, matokeo ya ukosefu wa uadilifu ni yapi? Je, ni nani huumia kwa sababu ya ukosefu wa uhalisi?
Je, kwa nini kuwa bandia kunahujumu mafanikio ya baadaye?

UADILIFU KUPITIA UWAJIBIKAJI

Kuna Nguzo sita za Uadilifu. Andika orodha ya hizo nguzo sita. Chini ya jina la kila nguzo, andika mambo matatu:
1. Je, unafikiri una nguvu kwa kiasi gani katika nguzo hiyo?
2. Je, ni jambo au mambo gani yanakupa changamoto katika nguzo hiyo?
3. Je, ni hatua gani unaweza kuchukua ili kukua katika nguzo hiyo?
Kuwa tayari kushiriki na kikundi kuhusu muda wako wa utulivu wa kibinafsi kama sehemu ya mkutano wa mwisho wa kikundi.

Kitabu cha Mwongozo cha Kikundi

Kuanzisha Mtindo wa Maisha yenye Uadilifu inaamini kwamba tunaweza kuunda vuguvugu la uadilifu katika kila taifa – mtu mmoja kwa wakati mmoja. Asante kwa kuwa mtu mwadilifu. Kwa pamoja tunaunda vuguvugu la uadilifu. cli inaamini kuwa mtu mmoja anaweza kuleta mabadiliko. Hata hivyo, uzoefu unaonyesha kwamba ni nadra mtu mwadilifu kufanikiwa akiwa peke yake. Harakati ya kutafuta uadilifu inahitaji uwezeshaji wa jamii. Azimio la kibinafsi la kuishi maisha ya uadilifu litashindwa bila msaada wa wengine. Mahusiano bora hututia moyo, hutujenga na hutuepusha na kuanguka. Tunafanya vizuri zaidi tukiwa pamoja.

cli Inaweza Kukusaidiaje?

cli imejitolea kukusaidia katika harakati zako za kuwa mtu mwadilifu. Tunafanya hivyo kwa njia mbalimbali, lakini njia muhimu zaidi ni kupitia vikundi. cli inatumia neno kikundi kwa sababu ya mkanganyiko na dhana potovu kuhusu neno "kikundi kidogo." Kikundi kina hadi watu kumi wanaokuja pamoja ili kukua katika jamii, kujifunza kutoka kwa wenzao na kukuza uadilifu kupitia uwajibikaji. Kikundi ni timu yako, jamii yako. Tunakuwa bora zaidi tukiwa pamoja!

Taarifa...Matumizi...Mabadiliko

Kujifunza kuishi kwa uadilifu huwawezesha watu kupiga hatua mbele na kutumia maarifa waliopata.
Mchakato wa ukuaji unaonekana hivi;

taarifa iliyopatikana inatumiwa katika maisha na kusababisha mabadiliko ya tabia.

T - M - M

T AARIFA
M ATUMIZI
M ABADILIKO

Mikutano ya kilele ya cli na vikundi hutoa taarifa muhimu kuhusu uadilifu. Mafunzo yetu humsaidia kila mshiriki kuchukua kile anachojifunza na kukitumia katika maisha yake ya kila siku. Vuguvugu la uadilifu linaweza tu kutokea wakati watu wanaelewa taarifa wanayopewa na kuitumia katika maisha yao ya kila siku jambo ambalo litasababisha mabadiliko ya kibinafsi. Na mambo yale uliyoyasikia kwangu mbele ya mashahidi wengi, hayo uwakabidhi watu waaminifu watakaofaa kuwafundisha wengine vile vile.*189*

Ili kukusaidia kuendelea kutafuta taarifa, matumizi, na mabadiliko, cli inatoa nyongeza nyingine mbali na mwongozo wa cli kwenye tovuti www.cli.international.org, pamoja na mitandao mingine ya kijamii kama Facebook, Twitter, Instagram n.k. na blogu ya Bill, integrity-trust. com

Maadili Matatu ya Msingi ya Kikundi

Mafunzo ya kikundi yanazingatia maadili matatu ya msingi. Maadili haya yanakuza uwezeshaji kupitia mahusiano, kujifunza kupitia ushauri na mtindo wa maisha ya kuwajibika.

C - JAMII

Vikundi hukuza hisia ya ujamii. Hauko peke yako katika harakati zako za kutafuta uadilifu. Ni nini kinachoweza kuwa bora zaidi kuliko kuwa sehemu ya vuguvugu linalokua la watu ambao wamefanya uadilifu uwe mtindo wao wa maisha?

L - KUJIFUNZA

Mwongozo wetu wa cli unafundisha Nguzo sita za Uadilifu. Mwongozo wetu ni muhimu kwa vuguvugu letu la uadilifu kama vile injini ilivyo muhimu kwa gari.

Vikundi huwaleta pamoja watu ambao wana nia ya dhati ya kukuza uadilifu.

Watu wanapokutana, wanachunguza Nguzo za Uadilifu. Nguzo sita zinafundisha kile kinachohitajika ili kuishi maisha ya uadilifu. Kila kikundi kitachunguza mwongozo wa cli kwa kasi yake. Kila kikundi kitakuwa na utamaduni wa kipekee wa kikundi.

I - UADILIFU KUPITIA UWAJIBIKAJI Kujifunza kunafuatiwa na utekelezaji wa somo. Tabia bora huimarika wakati wa matumizi ya kile kilichofunzwa. Uwajibikaji huzalisha uadilifu. Uadilifu, kupitia uwajibikaji, huwahamasisha washiriki wa kikundi

kuishi bila kujihusisha na ufisadi na huongoza maamuzi wanayofanya. Uadilifu wa kweli unapatikana moyoni; unatia nguvu usemi, mwenendo na maamuzi.

Uwajibikaji siku zote ni jambo la hiari. Washiriki kamwe hawalazimishwi kushiriki bali wanahimizwa kufanya hivyo. Wakati washiriki wanajua kwamba kikundi chao kitauliza kuhusu matendo ya uadilifu, hiyo inahamasisha mwenendo bora. Hata hivyo, katika jamii salama iliyojitolea kutafuta uadilifu, uwajibikaji unategemea uhusiano na uaminifu. Washiriki wa kikundi wanachagua kuwajibika wao kwa wao wala si tu kila mmoja kuwajibika kwake mwenyewe au kwa kiongozi.

Kikundi cha Kijamii

Vikundi huwaleta watu pamoja katika harakati ya pamoja ya kutafuta uadilifu. Uhusiano wa kijamii huibuka kwa sababu kila kiongozi wa kikundi na mshiriki hushiriki matukio yanayofanana. cli inahimiza watu kutoka katika sekta zinazofanana za jamii, zinazoitwa Milima ya Ushawishi,

kuunda kikundi. Kwa mfano, mfanyabiashara anahusiana vyema

zaidi na wafanyabiashara wengine.

Kila mtu analeta manufaa. Mshiriki anaposhiriki mawazo, maswali, na matukio aliyopitia, anawahamasisha washiriki wengine kukua. Kushiriki matukio ya maisha kunaonekana kuongeza kiwango cha kujifunza cha washiriki na kujitolea kwao. Faida nyingine ya kushiriki katika kundi ni ukuzaji wa mahusiano ya kudumu yenye manufaa.

Utunzaji wa Kijamii

Washiriki wa kikundi hutunzana. Wanasherehekea mafanikio ya

kila mmoja. Lakini kikundi pia hutoa msaada wakati mtu anashindwa. Wanahuzunika pamoja na wale walio dhaifu katika uadilifu wao na kuwatia moyo ili wapate urejesho.

cli inatambua kuwa mtu yeyote anaweza kushindwa. Jinsi tunavyomtendea mtu baada ya kushindwa ni jambo muhimu. Kumbuka, unaweza kujifunza mengi kutokana na kushindwa sawa na kufanikiwa. Mtu anaposhindwa, je, anaweza kutegemea watu kumtia moyo na kusimama pamoja naye? Mtu akishikwa katika ufisadi, ninyi mlio wa Roho

mrejesheni upya mtu kama huyo kwa roho ya upole, ukijiangalia nafsi yako usije ukajaribiwa wewe mwenyewe. Mchukuliane mizigo na hivyo kuitimiza sheria ya Kristo. Maana mtu akijiona kuwa ni kitu, naye si kitu, ajidanganya nafsi yake.*190*

Iwapo mtu atakiri kuwa amekiuka uadilifu, jamii HAIPASWI kumtelekeza. Badala yake, endeleeni kujitolea kusaidia katika urejesho wake. Kikundi lazima kichukue tahadhari katika mwitikio wake kwa "ukiukaji wa uadilifu." Miitikio inayofaa inajumuisha:

> **MSISHTUKE** - sote tunaweza kushindwa.
> **MSIHUKUMU** - kile kinachowekwa wazi kinaweza kusamehewa.
> **MSIMWEPUKE** - msikae mbali na mtu anayewahitaji.
> **MSIJITENGE** - simameni naye, mtieni moyo na

kumwombea.

Onyesheni SUBIRA - inachukua muda kupata urejesho na kuimarika upya.

KAENI KIMYA - kile kinachoshirikiwa katika kikundi kinasalia kikundi.

JIFUNZENI - tunaweza kujifunza mambo muhimu kutokana na kushindwa.

Vikundi ni Jamii Salama

Uaminifu huweka msingi wa uhusiano katika vikundi. Wakati watu wanaweza kuwaamini wale walio katika kikundi chao, uwezekano wa uwazi huongezeka. Uaminifu unaanza na kiongozi wa kikundi. Unaenea miongoni mwa washiriki kadiri wanavyokuza mahusiano.

Kutunzana kutaendelea nje ya mikutano ya kikundi. Mahusiano yanayoanza katika mikutano ya kikundi yataendelea nje ya mikutano ya kikundi. Mtu anapokosa mikutano ya kikundi, mshiriki atawasiliana na mtu huyo ili kuhakikisha kuwa kila kitu kiko sawa, kumhimiza arudi na kushiriki naye mambo muhimu ya mkutano uliopita.

Mikutano ya Kikundi

Kipindi cha 1 - washiriki wanafahamiana na kujadili umuhimu wa uadilifu.

Kipindi cha 2-13 - kuchunguza nguzo (pendekeza angalau vipindi 2 kwa kila nguzo)

Kipindi cha Mwisho - kusherehekea kukamilika kwa mikutano ya kikundi kwa muda wa kushiriki.

Ratiba ya mkutano wa kikundi wa dakika 90 Jengo

C Kujenga ujamii (Dakika 15)

Siku zote anza kwa wakati unaofaa

L kujifunza kwa kuchunguza mwongozo shirikisha kila mtu

kwenye majadiliano (Dakika 45)

I uadilifu kupitia uwajibikaji (Dakika 20)

Matangazo ya kufunga, maoni na maombi (Dakika 10)

Kusoma Mwongozo

Mwongozo wa cli ni kitabu chetu cha kufunza uadilifu na cha mazoezi. Tafadhali andika ndani yake: andika vidokezo, jibu maswali, chora michoro. Kifanye kiwe chako. Tunapendekeza kila mshiriki asome mwongozo kabla ya kuhudhuria mkutano wa kikundi. Kusoma kuhusu nguzo husika

mapema huongeza uwezo wa kuhifadhi mafunzo akilini, huchochea majadiliano ya kusisimua katika kikundi na huwezesha watu kushiriki mambo yao ya kibinafsi. Washiriki wanaokuja wakiwa wamejiandaa hunufaika zaidi.

Vyombo vya habari/Sauti/Video

Bill Pipke pamoja na viongozi wengine wa cli, wametayarisha vipindi vya sauti/video na mafunzo kupitia PowerPoint kwa kila Nguzo ya Uadilifu. Nyenzo hizo zinapatikana kupitia tovuti ya cli. Nyenzo hizo zinaimarisha uelewa wako. Kuna mipango ya masomo na video zinazopatikana kwenye tovuti yetu. cli hutoa angalau mipango 2 ya masomo kwa kila nguzo. Viongozi wa kikundi wanaotaka kutumia visaidizi hivi vya kufundishia wanaweza kufanya hivyo bila gharama.

Mipango ya Masomo kwa ajili ya Kikundi

Vikundi vinapochunguza zile Nguzo sita za Uadilifu, kila kipindi cha kikundi kinapaswa kuanza na muda wa jamii, kisha kushiriki taarifa na kumalizia na mazoezi ya matumizi ya kibinafsi ya kile kilichofunzwa. Majadiliano ya kikundi ni muhimu katika kuunda matumizi sahihi yanayoongozwa na mshiriki binafsi. Mazoezi haya ni ya hiari lakini yanahamasisha ukuzaji wa tabia bora.

Kushiriki Matukio ya Maisha

Masimulizi hutoa maarifa ya ajabu na hamasisho. Iwe masimulizi hayo yanatokana na tukio la hivi karibuni au kutokana na jambo lililotokea zamani, ikiwa yanatoka kwenye moyo mnyoofu na mnyenyekevu, yatakuwa na matokeo makubwa. Kushiriki kwa njia inayofaa kunahitaji hekima. Washiriki wanahimizwa kuwa wazi wanaposhiriki matukio ya maisha yao lakini waepuke kuwaudhi wengine au kuwafanya wahisi kuaibika.

Uongozi wa Pamoja

Kiongozi wa kikundi si mtaalam wala mtu mwenye mamlaka. Hakuna mtu anayepaswa kutawala mjadala. Wakati wa mkutano, jukumu la msingi la kiongozi ni kuongoza uchunguzi wa Mwongozo wa cli na mijadala inayofuata. Mtazamo na uhalisi wa kiongozi, pamoja na uwezo wake wa kuwa kielelezo huweka mazingira yanayofaa kwa washiriki wengine. Uongozi halisi unaalika kila mshiriki kuhusika katika mchakato, bila kujali umri, hadhi, elimu

au uzoefu wake. Haijalishi kama mtu ana uzoefu mkubwa maishani, ana uzoefu sawa na wenzake au hana uzoefu wowote, kila mtu hushawishi maisha ya mwingine.

Majukumu ya Kiongozi wa Kikundi

1. Viongozi wote wa kikundi lazima iwe waliwahi kuwa washiriki wa kikundi. Baada ya kumaliza kuhusika kama washiriki wa kikundi na kufuzu, wanahitimu kuongoza kikundi.
2. Tunapendekeza kila kiongozi asajili kikundi cha hadi watu kumi kutoka kwenye mlima wake wa ushawishi.
3. Kiongozi anaweka wakati wa mikutano, anapata mahali pa mikutano na kupanga mikutano yote ya kawaida ili ifanyike siku ile ile, wakati ule ule na mahali pale pale bila kufanya mabadiliko. Watu wachache watakosa kuhudhuria mikutano inayopangwa mapema.
4. Kiongozi ana jukumu la kuhakikisha kila mshiriki wa kikundi ananunua Mwongozo wa cli. Mwongozo wa kibinafsi ni muhimu kwa sababu:

a. Mwongozo ni ufunguo wa kujifunza kibinafsi.

b. Mwongozo unaruhusu majadiliano kamili katika mikutano ya kikundi.
c. Mwongozo humhamasisha mshiriki kujihusisha.
d. Mwongozo huongeza athari ya ukweli inayodumu maisha yote
e. Mwongozo huweza kutumika kama rejeo baadaye na hukuwezesha kupata taarifa unayotaka.
f. Mwongozo humwandaa mshiriki kwa siku atakapokuwa kiongozi.

5. Kiongozi wa kikundi akikumbana na tatizo, anaweza kutafuta ushauri kutoka kwa mtu aliyeongoza kikundi chake cha awali. Ikiwa mtu akiona kuwa hawezi kusaidia, basi suala hilo liwasilishwe kwa Mratibu wa Kanda au Taifa.
6. Huenda kukawa na migongano ya kimasilahi, masuala ya kitabia au kutoelewana kati ya washiriki wenza jambo linalofanya iwe vigumu kubaki pamoja katika kikundi kimoja. Katika hali kama hizo, kiongozi wa kikundi anapaswa kusaidia wale walioathiriwa kupata kikundi kingine.
7. Kila kiongozi wa kikundi anapaswa kuhimiza kikundi chake kihudhurie Mkutano wa Kilele unaofuata kama kikundi.
8. Wengi wanaohudhuria kikundi hukuza mahusiano thabiti na wenzao na huenda wakasita kuacha kikundi chao ili kuanzisha kipya. Kwa sababu uendelevu wa vuguvugu la kitaifa la uadilifu unahitaji vikundi vipya viundwe, kiongozi atampa changamoto kila mshiriki akubali agizo la kuongoza kikundi. Kuongeza idadi ya vikundi kwa njia hiyo ni muhimu katika kuleta mabadiliko ya kitaifa.
9. cli inahimiza kuendelea kwa mahusiano baada ya kikundi kuvunjwa.
10. Uadilifu unahitaji zaidi ya nia na nguvu za kibinadamu; tunamhimiza kiongozi aombee kikundi chake na kukuza tabia ya kuomba ndani ya kikundi. Nguvu ya Mungu inapatikana kwa watu wanaoomba.

Maswali Yanayoulizwa Mara kwa Mara Kuhusu Vikundi

Kikundi hukutana mara ngapi?

Inachukua muda kukuza Nguzo za Uadilifu katika mtindo wa maisha. Vikundi vingi vitakutana kwa muda wa miezi 3 hadi 6. cli inapendekeza vikundi vikutane mara mbili kwa mwezi. Mikutano ya mara kwa mara husaidia kukuza mahusiano katika kikundi na huongeza motisha ya washiriki.

Vikundi hukutana wapi?

Popote penye nafasi inayotosha kikundi cha watu kumi kufurahia kuwa pamoja. Mkutano unaweza kuwa katika nafasi yoyote ya kazi, mkahawa, nyumbani, kanisani, ofisini, mahali popote panapofaa kwa mienendo ya kikundi.

Ni nani anayeweza kuwa sehemu ya kikundi?.

Kuasajiliwa kwa ujumla kunategemea uhusiano. Baadhi ya watu watapata habari kuhusu cli kutoka kwa wale ambao ni sehemu ya kikundi. Wengine watapokea mwaliko wa kuhudhuria Mkutano wa Kilele wa cli. Wengine watapata habari kuhusu cli kupitia mitandao ya kijamii. Washiriki ni watu wanaotamani kuwa watu waadilifu.

Maelezo

1 History.com Editors. (2009). Booker T. Washington. Ilitolewa mnamo Oktoba 29 katika http://www.histroy.com/topics/black-history/ booker-t-washington

2 Pascal, B. (1669). The thoughts of Blaise Pascal. Imetafsiriwa na C. Kegan Paul, George Bell and Sons, 1901.

3 Mandela, Nelson, Long Walk to Freedom, Back Ray Books, 1995.

4 Zaburi 11:3

5 https://www.transparency.org/cpi2018

6 https://www.businessinsider.com/hiv-aids-pandemic-world-health-goal-2030-2016-7

7 Zaburi 1

8 Imetolewa katika https://www.wiseoldsayings.com/authors/ abraham-lincoln-quotes/

9 Cook, Denis, (2013) Integrity: The Broken Link to Biblical Success, Iuniverse Inc 2013

10 Mann, Don, Commissioning a Lifestyle of Integrity Manual, 2016, ukurasa wa 15, hakimiliki cli.

Nguzo ya Ushawishi *11* **Mathayo 23:11**

12 The Prince, Peter Constantine, ed. The Essential Writings of Machiaville, New York: Random House 2007

13 Anderson, Cameron and Adam Galinsky, "Power, Optimism, and Social Psychology Bullet 33 (2007) 1076-87

14 Keltner, Dacher, The Power Paradox, How We Gain and Lose Influence, Penguin Books, 2017

15 https://www.dictionary.com/browse/power-tends-to-corrupt-absolute-power-corrupts-absolutely

16 Mwanzo Sura ya 37-50

17 https://www.forbes.com/sites/jacquelynsmith/2013/10/25/how-to-deal-with-favoritism-at-work/

18 https://www.gallup.com/workplace/231581/five-ways-improve-employee-engagement.aspx

19 https://www.naturalhr.com/2016/10/14/16-ways-to-re-engage-disengaged-employees/

20 CBS Television Series, Undercover Boss.

21 https://journals.sagepub.com/doi/10.1111/j.1467-9280.2006.01824.x

22 https://www.themuse.com/advice/8-steps-to-bouncing-back-after-getting-fired

23 https://journals.sagepub.com/doi/10.1111/j.1467-9280.2006.01824.x

24 (n.d). Nukuu za Scott Adams. Imetolewa katika https://www.brainyquote.com/quotes/scott_adams_122150

25 Mwanzo 39:22

26 Mwanzo 41:9

27 Buffet, W. (2019). Berkshire Hathaway on the Forbes Global 2000 List. Imetolewa katika https://www.forbes.com/companies/berkshire-hathaway/#5d190fe0bef8

28 Zaburi 1:5

29 Zaburi 1:3

30 https://www.npr.org/2018/07/17/629862434/transcript-obamas-speech-at-the-2018-nelson-mandela-annual-lecture

31 Mwanzo 50:17

32 Zaburi 1:3

Nguzo ya Uaminifu

33 Sonnenberg, F. (2014). Follow Your Conscience, Make a Difference in Your Life & The Lives of Others. Ebook. Imetolewa katika https://ourhrteam.com.au/trust-is-like-blood-pressure/

34 Dictionary.com (2019, Aprili 12). What are the most used words in English? Imetolewa katika httpss://www.dictionary.com/e/commonwords

35 https://www.apa.org/pub/databases/phsycinfo

36 Leadership Practices Inventory. Imetolewa katika https://leadershipchallenge.com/professionals-sections-lpi.apx

37 Ayubu 15:31

38 (2019, Mei 23). Apple Idioms and Proverbs to Make You Sound More Fluent in English. Imetolewa katika https://nesxtstepenglish.com/apple-idoms/

39 Honsager, D (2012). The Trust Edge. How Top Leaders Gain Faster Results, Deeper Relationships and a Stronger Bottom Line. Barnes and Noble, ebook loc. 377.

40 Covey, S (2018) How the Best Leaders Build Trust. Imetolewa katika https://www.leadershipnow.com/Covey

41 Wagalatia 5:22,23

42 Hesabu 23:19

43 Matendo 9

44 Matendo 9:1-19

45 Matendo 9:19-22

46 Matendo 9:22-23

47 Matendo 9:24-25

48 Matendo 9:26-30

49 Matendo 9:31

50 Maxwell, J. (2006) Becoming a Person of Influence, How to Positively Impact the Lives of Others. Thomas Nelson Press, ukurasa wa 17-33

51 Maxwell, J. (1993) Developing the Leaders Around You. Thomas Nelson Press, ukurasa wa 43.

52 https://www.spacesafetymagazine.com/space-disaster/challenger-management-failure/

53 Russell, N.S. (2023) Imetolewa katika https://www.psychologytoday.com/us/blog/trust-the-new-workplace-currency/201206/10-behaviors-demonstrate-trust

54 Gensler, H.J. (2013) Ethics of the Golden Rule. Routledge Publishers.

55 2 Wakorintho 9:11

56 Borowski,T. (2019) Imetolewa katika https://www.genius.com/Tadeusz-borowski-this-way-for-the-gas-ladies-and-gentlemen-annotated.

57 2 Wakorintho 4:2

58 Waefeso 4:29

59 2 Wakorintho 11:23-33

60 Filemoni 1:14-20

61 2 Wakorintho 11:27-29

62 Townsend, J. (2012). Beyond Boundaries-Learning to Trust Again in Relationships. Zondervan, ukurasa wa 34

63 Matendo 15:36-39

64 Rehak, J (2002). Tylenol made a hero of Johnson & Johnson. Imetolewa katika https://www.nytimes.com/2002/02/03your-money/

65 Luka 16:10

Nguzo ya Hadhi

66 Mandela, N. (1995) Long Walk to Freedom, The Autobiography of Nelson Mandela. Little Brown and Company. Ebook ukurasa wa 361

67 Katibu Mkuu wa Umoja wa Mataifa Ban Ki-mon, Imetolewa katika htttps:// www.un.orgSG/SM/15549-GA/11477-AFT/2773 Desemba 19,2013.

68 https://www.psychologytoday.com/ca/blog/dignity/201004/what-is-the-real-meaning-of-dignity-0

69 Kant, I - Bayefsky,R. (2013) Political Theory, Imechapishwa na Sage Productions. Inc. Vol. 41, No.6 Desemba 2013, ukurasa wa 809-837

70 https://www.declaredignity.com/

71 Zaburi 1:3

*lxxii*Craig, Groeshel. Imetolewa katika https://www.apiassets.life.church/uploads/message/1334/podcast_show_notes/understanding-your-four-forms-of-energy.pdg

73 Kolbe A Index, instinctive Strength Assessment/Koble.com

74 Mahubiri ya Kris Doerksen, mysouthland.com/live

75 https://www.americanmagazine.org/politics-society/2014/01/07dignity-disabled

76 Hamilton, A. (2013, Desemba 6). Perfect Imperfect: Mannequins Modeled After the Disabled Get Zurich Shoppers to Look Closer. Imtolewa katika https://www.newsfeed.time.com/2013/12/06/perfectly-imperfect-mannequins-modeled/

77 Hicks, D. (2011). Dignity:the Essential Role It Plays in Resolving Conflict. Yale University Press, New Haven and London, ukurasa wa 104.

78 Ruthu 1:16

80 https://resetdoc.org/video/concept-toleration-human-dignity/

80 If a stranger sojourns among you. Mambo ya Walawi 25

81 Dairymple, T. Imtolewa katika https://povertycure.org/learn/issues/human-person/dignity-capacity-poor.

82 Luka 21:1-3

83 Crepes,E (2008). Reverse Mentoring, Josses-Bass, San Fransisco CA.

84 https://good4u.co/2017/08/10/importance-nutrition-development/

85 https://mayoclinic.org/fitness/in-depth/exercise/art20048389

86 https://www.health.harvard.edu/newsletter_article/sleep-and-mental-health

87 https://berghof/foundation.org/en/publications/glossary/dignity-justice-trust

88 Compassion: Definition of compassion. Imetolewa katika https:// www.oxforddictionaries.com/us/definition/

89 https://www.hedgehogreview.com/issues/human-dignigy-and-justice/articles/

90 Nordenfelt, L (2004). The Varieties of Dignity, "Health Care Analysis 12, 2004, p. 69-81

Nguzo ya Taadhima

91 Shackelford, T. (2005). An Evolutionary Psychological Perspective on Cultures of Honour. Imetolewa katika https:/www.journals.sageput.com/doi/full/10/1177/147141704905003001 26

92 Kerr, John. Butterfly Christian Nation. Essence Publishing, Belleville, Ontario, Canada.

93 Kant, I. Bayefsky, R. (2013). Political Theory, Published by

Sage Productions. Inc. Vol. 41, No.6 Desemba 2013, ukurasa wa 809-837

94 Mathayo 13:57

95 Silk, D. (2009). Culture of Honour. Destiny Image Publishers ebook, ukurasa wa 35

96 https://www.zimdiplomacy/posts/the-imprtance-of-protocol-etiquette-professionalism

97 Isaya 29:13

98 1 Petro 2:17

99 McGerr, P. (1988). the Eight-Cow Wife. Imechukuliwa kutoka katika chapisho lake la awali katika jarida la Reader's Digest, 1988, ukurasa wa 138-141.

100 Yohana 4:44

101 Marko 6:3-4

102 Strong, J. (2003). Rejeo la Kigiriki 820. Strong's Exhaustive Concordance of the Bible, Thomas Nelson.

103 Strong, J. (2003). Rejeo la Kigiriki 5091. Strong's Exhaustive Concordance of the Bible, Thomas Nelson.

104 Gillinghan, J. (1997). Violence, Reflections on a National Epidemic. Vintage ukurasa wa 110-111.

105 Wafilipi 4:5-9

106 1 Samweli 16

107 1 Samweli 17:39

108 Robbins, M. (2011, Novemba 17). Be Yourself, Everyone Else is Already Taken. Imetolewa katika hhttps://www.huffpost.com/entry/be-yourself-everyone_b_185923

109 1 Samweli 16:18

110 1 Wakorintho 12:18-23

111 Mithali 13:10

112 1 Samweli 18:8,9

114 1 Samweli 18:1-4

115 2 Samweli 9:1-5

116 1 Mambo ya Nyakati 12:8

117 1 Samweli 24

117 1 Samweli 26:26

118 Mann, D. Commissioning a Lifestyle of Integrity Manual, Edition 2016, ukurasa wa 67.

119 Kutoka 20:12

120 2 Samweli Sura ya 14-18

121 2 Samweli 11:4

122 1 Wafalme 2:19

123 Wimbo Ulio Bora 3:11

124 Wimbo Ulio Bora 8:2

125 Mathayo 1:6

Nguzo ya Ukweli

126 https://www.livescience.com/39314-alchemy.html

127 https://www.washingtonpost.com/news/the-fix/wp/2016/11/16/

128 https://www.oxfordlearnersdictionaries.com/definition/english/

129 Mathayo 7:24-27

130 Yoshua Sura ya 8-9

131 Cloud, H. (2006). Integrity, the courage to meet the demands of reality. Harper-Collins ebook. Ukurasa wa 101

132 Baer, S. (2013). Integrity-Based Communications:Using Truth to Build High-Trust Relationships, CreateSpace Independent Publishing Platform (Juni 20,2013)

134 https://www.forbes.com/sites/alexandrawrage/2017/01/25/bibery-is-bad-for-business/

135 Gerrad, J. What's So Bad About Bribery, Imtolewa katika https://www.i.sight.com/resources

136 Mhubiri 7:7

137 Isaya 33:14-16

138 Ramsey, D. Retrieved from https://www.daveramsey.com/blog/ types-of-fraud

139 Mithali 24:3-4

140

141 Ten Boom, C. (1971). The Hiding Place, Christian Classic, CLC Publications

142 Kutoka 20:17

143 Yakobo 4:1-2

144 https://www.poemhunter.com/poem/one-lie-leads-to-another-lie/

145 https://www.goodreads.com/quotes/9131-if-you-tell-the

Nguzo ya Uhalisi

146 Dobson, J. (2005). Bringing Up Boys. Imechapishwa na Tyndale Momentum.

147 Tada, J. & K. (2015). Joni and Ken; An Untold Love Story, Zondervan. Ukurasa wa 96, 147

148 Marko 4:29

149 Warren, R. (2013). The Purpose Driven Life, Zondervan. Ukurasa wa 344

150 Mithali 26:23

151 Shakespeare, W. (1603) Hamelet: Act 1, Scene 2. Imetolewa katika https://www.shakespeare-navigators.com/hamlet/H12.html

152 Geroge, B. (2013). True North, Discover Your Authentic Leadershp. Bill George, John Wiley and Sons. ukurasa wa 4.

153 Ibid

154 Hodges, S. Simulizi la kibinafsi iliyotumiwa kwa ruhusa.

155 Daily News. (2009, August 26). Taabini ya Ted Kennedy kuhusu kaka yake Robert, St. Patrick's Cathedral. Jiji la New York, Juni 8 1968. Imetolewa katika https://www.nydailynews.com/news/politics/ ted-kennedy-eulogy-brother-robert-st-patrick-cahtedra-new-your-city-june-8-1968-article-1.394707

156 (n.d.) Pharisaical: Imetolewa katika oxforddictionaries.com/us/definition/American.english/pharisaical

157 Mathayo 23

158 Mathayo 23:13

159 Mathayo 23:14

160 Mathayo 23:15

161 Mathayo 23:16

162 Lennon, J. Grice, E. (2015, Aprili 1). Imetolewa katika https://www.telegraph.co.uk/culture/4713954/Dad-was-a-hypocrite.

163 Matthew 23:16-22

164 Mathayo 23:23-24

165 Mathayo 23:25-30

166 (n.d) Integrity. Imtolewa katika https://www.merriam-webster. amyanderson/2012/11/28/#203cb9c7470f.

167 Ibid

168 Ibid

169 Zaburi 51:10

Faida za Uadilifu

170 Anderson, A.R. (2012). Success Will Come and Go, But Integrity is Forever. Imetolewa katika https://www.forbes.com/ sites/ amyanderson/2012/11/28/#203cb9c7470f.

171 Mithali 19:1

172 Hodges, Koestner, & Duncan, (1996). Personality and Social Psychology Bulletin. Robinson, Johnson & Shields,22(3),ukurasa wa 227-237

173 Seidman, G. (2017, February 25) 5 Essential Qualities for a Romantic Partner. Imetolewa katika https://www.psychologytoday. com/ca/blog/close-encounters/201702-5

174 (n.d.) Nukuu ya Benjamin Franklin. Imetolewa katika https:// www.goodreads.com/quotes/33907 -he-that-leith-down-with-dogs-shall-rise-up- with-flees

175 Lutzer, E.W. (2016) The Power of a Clear Conscience. Harvest House Publishers, ukurasa wa 11.

176 Simon, T. (2008). The Integrity Dividend: Leading by the Power of Your Word. Jossie-Bass Publishers.

177 Next Decade, Inc. (2018) Trust Across America's FACTS@ Framework:Fast Facts: Imetolewa katika https://www. trustacrossamerica.com/documents?inde/Retrun-Methodolgoy.pdf.

178 Mithali 2:21-22

179 Buffet, W. (2019). Berkshire Hathaway on the Forbes Global 2000 List. Imetolewa katika https://www.forbes.com/companies/Berkshire-hathaway/#5d190fe0bef8

180 Mithali 11:3

181 Mithali 11:6

182 Gryboski, M. (2019, May 21) Do Religious Couples Have Happier Marriages? Imetolewa katika https://christianpost.com/news/

183 Peterson, Eugene H. (2002). The Message Bible, Isaiah 33:15,16 Colorado Springs, Co: NavPress

184 (2009). Winners Never Cheat; Even In Difficult Times. Pearson FT Press. Chapter 2 p.8

185 Mithali 14:34

186 Mithali 13:22

Sehemu ya Pili

Vipengele Vitano Vya Msingi

187 Bright, B & Cunnungham, L (1975). The Seven Mountains of Societal Influence. Imetolewa katika https://www.generals.org/rpn/ the-seven-mountains/

188 Cloud, H. (2006). Integrity: The Courage to Meet the Demands of Reality. ebook, loc.16

189 2 Timotheo 2:2

190 Wagalatia 6:1-3

Maneno ya Faharasa

Mkristo – Neno "Mkristo" linatokana na neno la Kigiriki christianos ambalo linatokana na neno christos, au Chrsit, ambalo linamaanisha "mtiwa mafuta." Kwa hivyo, Mkristo ni mtu ambaye ni mfuasi wa Kristo. Matumizi ya kwanza ya neno "Mkristo" katika Biblia yanapatikana katika Matendo 11:26.

Uongofu – Mtu ambaye "ameongoka" kama Mkristo kwa kuweka imani yake katika Yesu Kristo. "Amin, nawaambia, Msipoongoka na kuwa kama watoto, hamtaingia kamwe katika ufalme wa mbinguni" (Mathayo 18:3).

Uzima wa Milele – Kuwa hai milele katika uwepo wa Mungu. "Na uzima wa milele ndio huu, Wakujue wewe, Mungu wa pekee wa kweli, na Yesu Kristo uliyemtuma" (Yohana 17:3). Maneno hayo yanatumiwa kumaanisha mambo mawili. Kwanza, kama Wakristo tuna uzima wa milele (1 Yohana 5:13), lakini hatuko mbinguni au katika uwepo wa karibu wa Mungu. Ingawa tungali katika miili inayokufa na bado tunatenda dhambi,

tunaokolewa kwa imani (Warumi 4:5; Waefeso 2:8-9) na tuna uzima wa milele kama karama ya bure kutoka kwa Mungu (Warumi 6:23). Pili, uzima wa milele utafikia hali yake ya mwisho wakati wa ufufuo wa waumini Kristo atakaporudi duniani kuchukua kanisa lake.

Imani – "Basi imani ni kuwa na hakika ya mambo yatarajiwayo, ni kusadiki mambo yasiyoonekana" (Waebrania 11:1). Ni sawa na kutumaini. Ni karama kutoka kwa Mungu (Warumi 12:3) na hupatikana kwa kusikia Neno la Mungu (Warumi 10:17). Ni njia ambayo kwayo neema ya Mungu hutolewa kwa muumini anayeitumainia kazi ya Yesu (Waefeso 2:8). Pasipo imani haiwezekani kuwa na uhusiano mzuri na Mungu (Waebrania 11:6).

Msamaha – Kuna maneno saba katika Maandiko ambayo yanayoashiria wazo la msamaha: matatu katika lugh ya ya Kiebrania na manne katika lugha ya Kigiriki. Hakuna kitabu cha dini isipokuwa Biblia ya Wakristo kinachofundisha kwamba Mungu husamehe dhambi kikamilifu. Mungu hatakumbuka dhambi zetu tena (Waebrania 10:17).

Neema – Neema ni kibali kisichostahiliwa. Ni tendo la bure la Mungu kwa manufaa ya wote. Neema ni karama ya Mungu inayotolewa na Mungu, kwa msingi wa jinsi alivyo si kwa sababu ya jinsi tulivyo. Neema ndio njia ya kupata wokovu (Waefeso 2:8-9).

Toba – Kutubu maana yake ni "kugeuka." Katika Agano Jipya toba inamaanisha kuacha dhambi na kumgeukia Mungu.

Kuhusu Mwandishi - Bill Pipke

Baada ya miaka 39 ya uongozi wa kichungaji, Bill na Shirley waliamua kuwa Wafanyakazi wa Kimataifa. Hatua hiyo haikuwa ya ghafla. Ilikuja baada ya miaka mingi ya kushiriki katika misheni. Katika kipindi hicho, waliendesha mikutano ya kilele ya mafunzo ya uongozi, waliongoza timu za misheni, timu za matibabu na mikutano ya kiinjilisti katika maabara ya Ulaya na Afrika na nchini Indonesia. Walisaidia kupanda zaidi ya makanisa 500 kote duniani. Bill alitekeleza jukumu muhimu katika kuanzisha Shirika la Msaada la nchi ya Canada linaloitwa *Loads of Love*, ambalo hutoa misaada kusaidia katika majanga ya kimataifa pamoja na misaada ya kibinadamu.

Kwa sasa, Bill na Shirley ni Wafanyakazi wa Kimataifa wanaoishi nchini Canada. Siku nyingi, Bill anaweza kupatikana kwenye jukwaa la vyombo vya habari akishiriki katika mikutano ya kimataifa ya ana kwa ana. Teknolojia za leo zinamwezesha Bill kupata fursa kubwa kushawishi na kushauri kutoka nyumbani. Hata hivyo, sehemu kubwa ya kila mwaka bado wanajitolea kwa ratiba ya usafiri wa kimataifa ambayo ni muhimu katika kuongoza cli.

Maono ya Bill ni kuanzisha vuguvugu la uadilifu katika kila nchi ambayo cli inaingia. Anatarajia kutimiza maono hayo kwa kuwaandaa watu kuishi maisha yanayounga mkono uadilifu. cli ni mbinu inayozingatia tabia ya kushinda ufisadi na kuunda tamaduni zenye uadilifu.

Bill ana ndoto ya kuinua kizazi cha viongozi wanaoongozwa na uadilifu katika biashara, kanisa, elimu, familia, taaluma, michezo, vyombo vya habari, teknolojia na serikali, ambao watajenga utamaduni wa uadilifu pale ambapo utamaduni wa ufisadi unatawala sasa.

www.ingramcontent.com/pod-product-compliance
Lightning Source LLC
LaVergne TN
LVHW010925051026
849532LV00003B/855
9798223048510